फिटर द्वितीय वर्ष मराठी MCQ

मनोज डोळे

डिजिटायझेशन ही काळाची गरज आहे. भविष्यात, प्रशिक्षण अधिक सोयीस्कर आणि सोपे करण्यासाठी औद्योगिक प्रशिक्षण संस्थांमध्ये ऑनलाइन इंटरनेट वापरून प्रशिक्षण घेणे आवश्यक आहे. MCQ प्रश्नांचा संच असलेली ई-पुस्तके प्रशिक्षणार्थींना उपलब्ध करून दिली जातील कारण त्यांना त्यांच्या औद्योगिक प्रशिक्षण संस्थांमध्ये होणाऱ्या ऑनलाइन परीक्षांच्या तयारीसाठी MCQ प्रश्नांची अधिक सवय होणे आवश्यक आहे.

या सर्व बाबी लक्षात घेऊन श्री.मनोज मधुकर डोळे प्रशिक्षक, औद्योगिक प्रशिक्षण संस्था, सातारा यांनी नवीन वार्षिक प्रणाली आणि NSQF-5 अभ्यासक्रमानुसार पुस्तके लिहिली आहेत. आणि त्यांनी प्रशिक्षण सुलभ करण्यासाठी सैद्धांतिक मोबाइल ॲप्स आणि ब्लॉग तयार केले आहेत आणि हे सर्व शैक्षणिक साहित्य जगप्रसिद्ध Google Play Store, Amazon आणि Apple Book Store वर डाउनलोड करण्यासाठी उपलब्ध केले आहे.

पुस्तकांचे प्रकाशन माननीय सहसंचालक श्री राजेंद्र घुमे साहेब प्रादेशिक व्यावसायिक शिक्षण व प्रशिक्षण कार्यालय, पुणे यांच्या हस्ते दिनांक 9/1/2019 रोजी करण्यात आले, यावेळी श्री प्रकाश सायगावकर साहेब प्राचार्य शासकीय औद्योगिक प्रशिक्षण संस्था औंध पुणे, श्री तुकाराम मिसाळ साहेब प्राचार्य डॉ. सरकार प्र.संस्था सातारा, श्री सचिन धुमाळ साहेब जिल्हा व्यवसाय शिक्षण व प्रशिक्षण अधिकारी सातारा, श्री यतीन पारगावकर साहेब मुख्याध्यापक गो. प्र.संस्था कोल्हापूर, श्री विकास टेके साहेब निरीक्षक व्यावसायिक शिक्षण व प्रशिक्षण क्षेत्रीय कार्यालय पुणे, पालेकर फूड्स प्रॉडक्ट्स प्रा. लि.चे सातारा येथील उद्योजक अध्यक्ष श्री.नीळकंठराव पालेकर साहेब, हिरा फूड्स चे चेअरमन श्री.इब्राहिम बाबा तांबोळी साहेब, सौ.शाल्मली पवार मुख्याध्यापिका शासकीय तंत्रनिकेतन केंद्र सातारा व इतर मान्यवर यावेळी उपस्थित होते.

अनुक्रमणिका

प्रस्तावना

फिटर द्वितीय वर्ष MCQ हे ITI अभियांत्रिकी कोर्स फिटर, द्वितीय वर्ष, सेमी- 3 आणि 4, 2022 मध्ये सुधारित NSQ F-5 अभ्यासक्रमासाठी एक साधे ई-पुस्तक आहे , त्यात अधोरेखित आणि ठळक अचूक उत्तरांसह वस्तुनिष्ठ प्रश्न आहेत ज्यात सर्व विषयांचा समावेश आहे. पॉवर टूल ऑपरेशन, वेगवेगळे कॉम्प्लेक्स असेंबलिंग आणि फिटिंग, फास्टनिंग, लॅपिंग, गेज बनवणे, पाईपचे काम आणि पाईप जॉईंट्स, व्हॉल्व्ह तोडणे, ओव्हरहॉल करणे आणि असेंबलिंग करणे, ड्रिल जिग्स बनवणे आणि वापरणे, गंभीर घटक बनवणे, दुरुस्ती आणि देखभाल याविषयी नवीनतम आणि महत्त्वाचे. पॉवर ट्रान्समिशन सिस्टम, टेम्प्लेट आणि कॉम्प्लेक्स गेज बनवणे, विविध वायवीय आणि हायड्रॉलिक घटक ओळखणे आणि सर्किट बांधणे, लेथ, ड्रिल, ग्राइंडिंग, बेंच ड्रिलिंग यांसारख्या यंत्रांची दुरुस्ती आणि देखभाल आणि बरेच काही.

आम्ही प्रत्येक नवीन आवृत्तीसह नवीन प्रश्नांची उत्तरे जोडतो. कृपया काही त्रुटी/ वगळल्यास आम्हाला ईमेल करा. सर्व अभियांत्रिकी बहुपर्यायी प्रश्न आणि उत्तरांसाठी हे निर्विवादपणे सर्वात मोठे आणि सर्वोत्तम ई-पुस्तक आहे.

विद्यार्थी म्हणून तुम्ही ते तुमच्या परीक्षेच्या तयारीसाठी वापरू शकता. हे ई-पुस्तक प्राध्यापकांना साहित्य रीफ्रेश करण्यासाठी देखील उपयुक्त आहे.

नांदी, प्रस्तावना

21 व्या शतकातील औद्योगिक क्षेत्रातील वेगाने वाढणाऱ्या मागणीच्या अनुषंगाने बहु-कुशल कारागीरांचा पुरवठा करण्यासाठी व्यवसाय शिक्षण आणि व्यवसाय प्रॅक्टिकल विभागामार्फत व्यावसायिक शिक्षण आणि प्रशिक्षण विभागामार्फत व्यावसायिक शिक्षण आणि प्रशिक्षण दिले जाते. संस्थांमधील सर्व व्यवसाय महत्त्वाचे आहेत, कारण या व्यवसायांतील प्रशिक्षणार्थी उद्योगाच्या मागणीनुसार बहु-कौशल्ये विकसित करतात.

औद्योगिक क्षेत्रातील सर्व उद्योगांमधील सर्व परीक्षा ऑनलाइन घेतल्या जातात आणि त्यामध्ये MCQ पद्धतीच्या प्रश्नांचा समावेश होतो हे लक्षात घेऊन सर्व व्यवसायांसाठी योग्य MCQ ई-पुस्तके उपलब्ध करून देण्याच्या उदात्त हेतूने. श्री.मनोज मधुकर डोळे यांनी नवीन वार्षिक अभ्यासक्रमानुसार MCQ पद्धतीवर खूप चांगले ई-बुक लिहिले आहे. हे ई-बुक सर्व प्रशिक्षणार्थी, प्रशिक्षणार्थी उमेदवार, प्रशिक्षण प्रशिक्षक आणि संबंधित इतरांसाठी निश्चितच मार्गदर्शक ठरेल.

पुस्तकाचे लेखक श्री.मनोज मधुकर डोळे आहेत, इन्स्ट्रक्टर गव्हर्नमेंट ITI सातारा यांना 17 वर्षांचा प्रशिक्षणाचा अनुभव आहे. नवीन वार्षिक पॅटर्न म्हणून लिहिलेल्या, या ई-बुकमध्ये प्रत्येक विषयासाठी मांडणी, सोपी भाषा आणि सोपी वाक्यरचना, आकृती आणि व्हिडिओ समजून घेण्यासाठी आधुनिक डिजिटल QR कोड तंत्रज्ञान समाविष्ट केले आहे. त्यामुळे सखोल अभ्यास आणि परीक्षेच्या सरावासाठी हे ई-बुक नक्कीच उपयोगी पडेल याची मला खात्री आहे. त्यांनी केलेले काम नक्कीच कौतुकास्पद आहे.

श्री तुकाराम मिसाळ
प्राचार्य शासकीय औद्योगिक प्रशिक्षण संस्था सातारा.

ऋणनिर्देश, पावती

DGET नवी दिल्ली आणि CSTARI कोलकाता ऑगस्ट 2018 च्या सत्रापासून ITI मधील सर्व व्यवसायांसाठी वार्षिक पॅटर्न लागू करत आहेत. परीक्षा पद्धतीतही बदल करण्यात येणार असून या वर्षीपासून ती ऑनलाइन होणार असून सर्व प्रश्न वस्तुनिष्ठ स्वरूपाचे (MCQ) असल्याने प्रशिक्षणार्थींना सखोल अभ्यासाची नितांत गरज आहे. हे लक्षात घेऊन जुन्या NIMI पॅटर्नवर आधारित पुस्तके आणि नवीन वार्षिक पॅटर्नचे संपूर्ण विहंगावलोकन सादर करताना आम्हाला आनंद होत आहे आणि आम्हाला आशा आहे की ही पुस्तके सर्व व्यवसाय संचालक आणि प्रशिक्षणार्थींसाठी मार्गदर्शक ठरतील. आहे.

ही पुस्तके लिहिल्याबद्दल जोहर आवटे साहेब, ITI अकलूजचे प्राचार्य. ITI सातारा चे माजी प्राचार्य सायगावकर साहेब, सहाय्यक संचालक श्री चंद्रकांत ढेकणे साहेब व्यवसाय शिक्षण व प्रशिक्षण प्रादेशिक कार्यालय, पुणे, जिल्हा व्यवसाय शिक्षण व प्रशिक्षण अधिकारी सचिन धुमाळ साहेब व मुख्याध्यापिका शासकीय तंत्रनिकेतन केंद्र शाल्मली पवार मॅडम व मुलगा अधिराज डोळे, आई कुसुम डोळे. , माझे वडील मधुकर डोळे आणि पत्नी अश्विनी डोळे यांनी वेळोवेळी केलेल्या विशेष मार्गदर्शन व सहकार्याबद्दल मी त्यांचा मनःपूर्वक आभारी आहे.

तसेच अतिशय कमी कालावधीत पुस्तक प्रकाशित करण्यात अमूल्य वेळ दिल्याबद्दल श्री राजेंद्र घुमे साहेब, सहसंचालक, व्यवसाय शिक्षण व प्रशिक्षण प्रादेशिक कार्यालय, पुणे यांनी पुस्तकाचे पुनरावलोकन केले. त्यांच्या अभिप्रायाबद्दल मी मनापासून आभारी आहे.

पुस्तक लिहिण्याच्या सुरुवातीपासूनच सतत पाठबळ दिल्याबद्दल ITI सातारा च्या प्रशिक्षकांचा मी आभारी आहे.

या पुस्तकातून, ई-लर्निंगबद्दलचे माझे विचार तुमच्याशी शेअर करण्यात मी स्वतःला धन्य समजतो. हे पुस्तक परिपूर्ण आहे असा दावा मी करणार नाही, कारण परिपूर्णतेचा विचार करता हे पुस्तक एक प्रयत्न आहे आणि बाल्यावस्थेत आहे. त्यांची चाचणी आणि सूचना दिल्यास ते सुधारण्यासाठी मोलाचे ठरतील.

मनोज डोळे
दिनांक 9/1/2019

1

फिटर द्विवतीय वर्ष मराठी
MCQ Drawing

Online Test Exam
ITI Books
CNC Course
AutoCAD CAM
JOB & Apprentice
Online Theory
Computer Course
Trading Course
Web Designing
MSCIT Course
Shopping Business
Internet Business
Remotasks Course
Online Services
Top Sportsmans
Indian Army
Freedom Fighters
Top Scientists
Social Reformers
Motivational Speaker
Top Richest People
Join WhatsApp Group
Join Facebook Group
Like Facebook Page
PAN / Adhar / Licence Passport

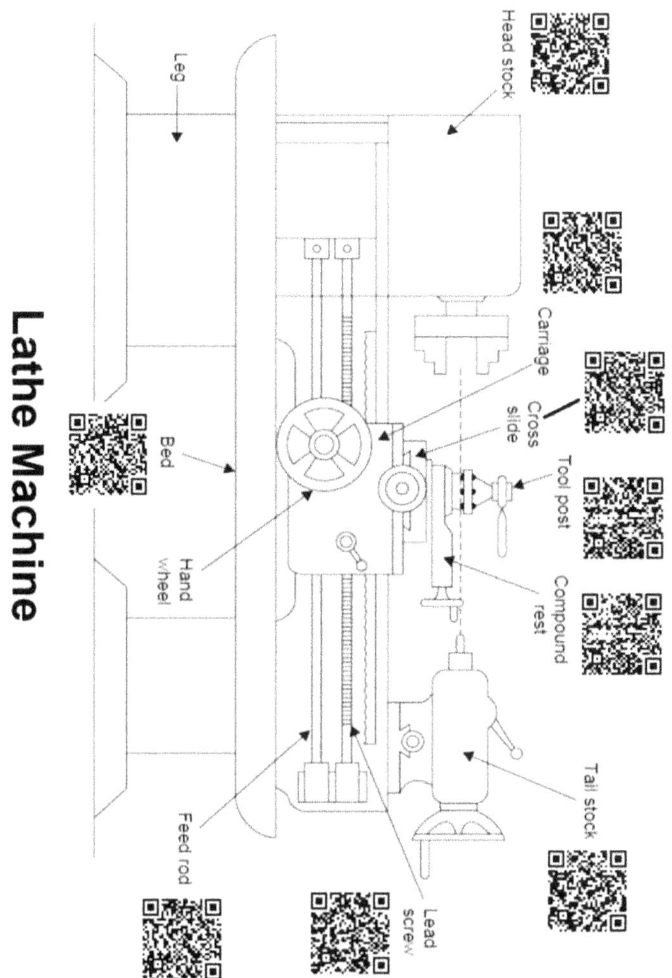

Lathe Machine
Leg
Head stock
Carriage
Cross slide
Tool post
Compound rest
Bed
Hand wheel
Tail stock
Feed rod
Lead screw

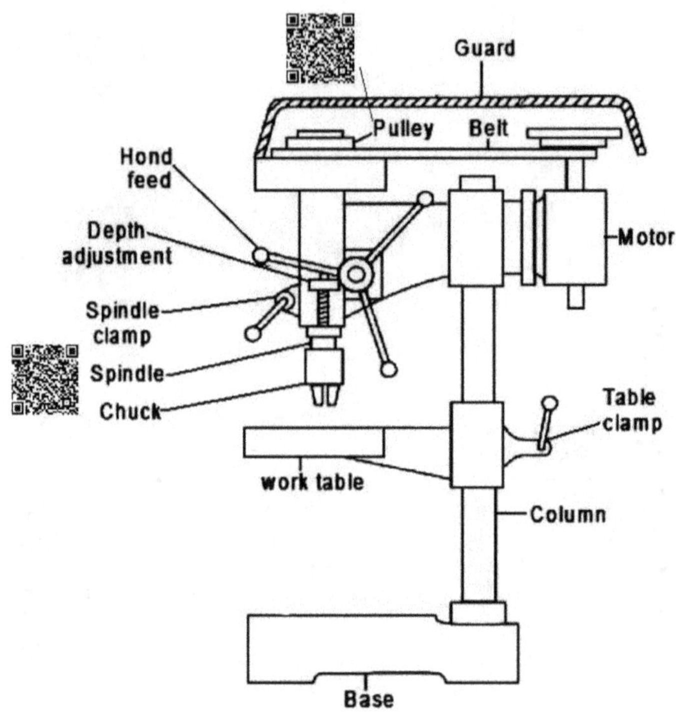

Piller Drilling Machine

Bench Grinding Machine

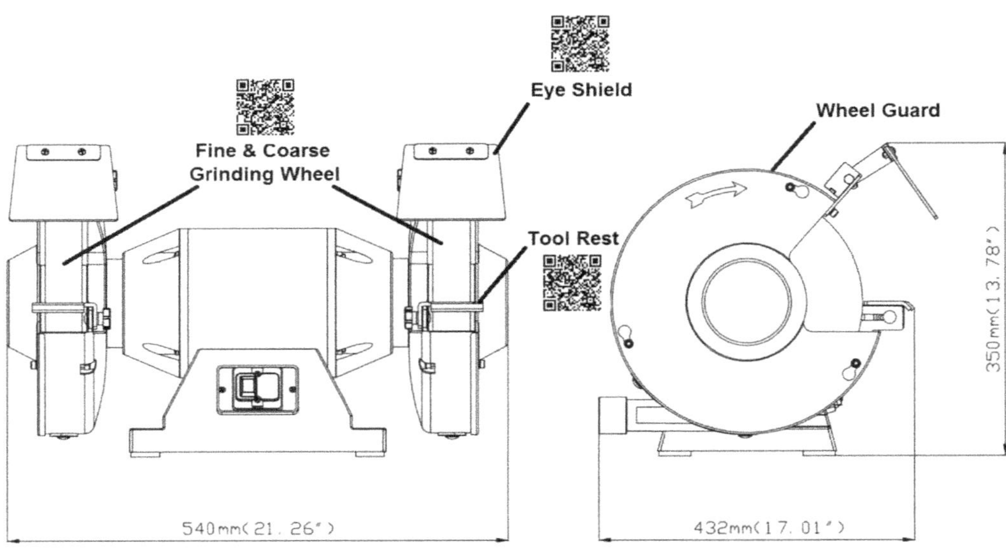

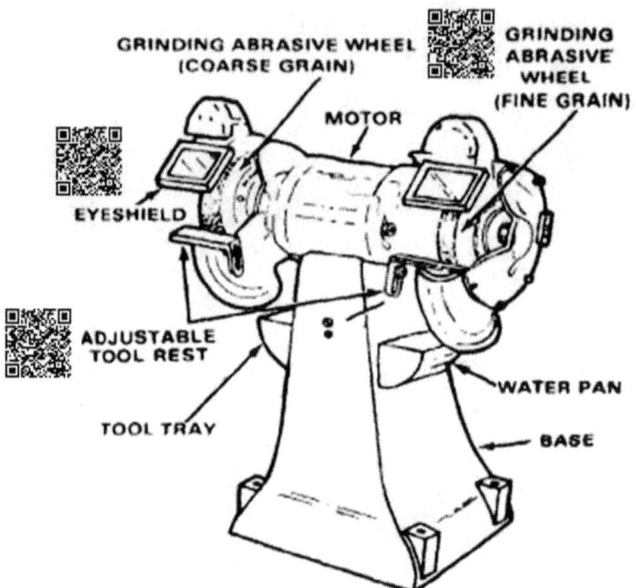

Pedastal Grinding Machine

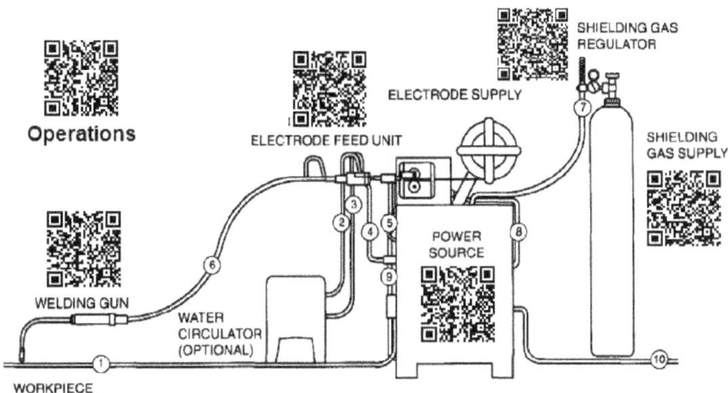

Gas Metal Arc Welding

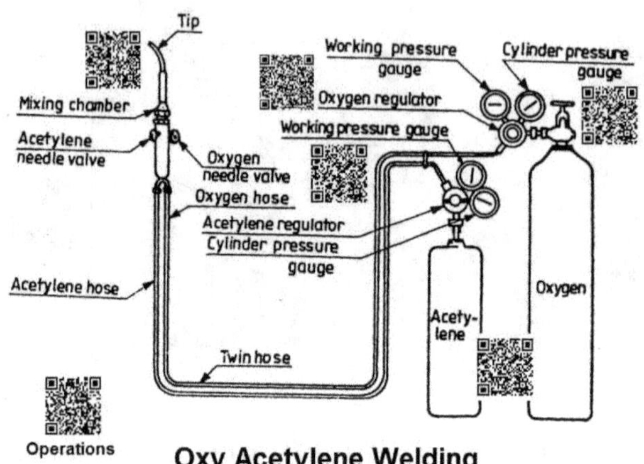

Oxy Acetylene Welding

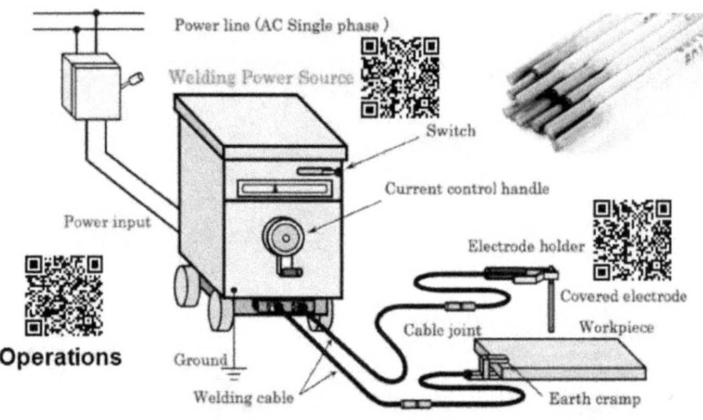

Shielded Metal Arc Welding

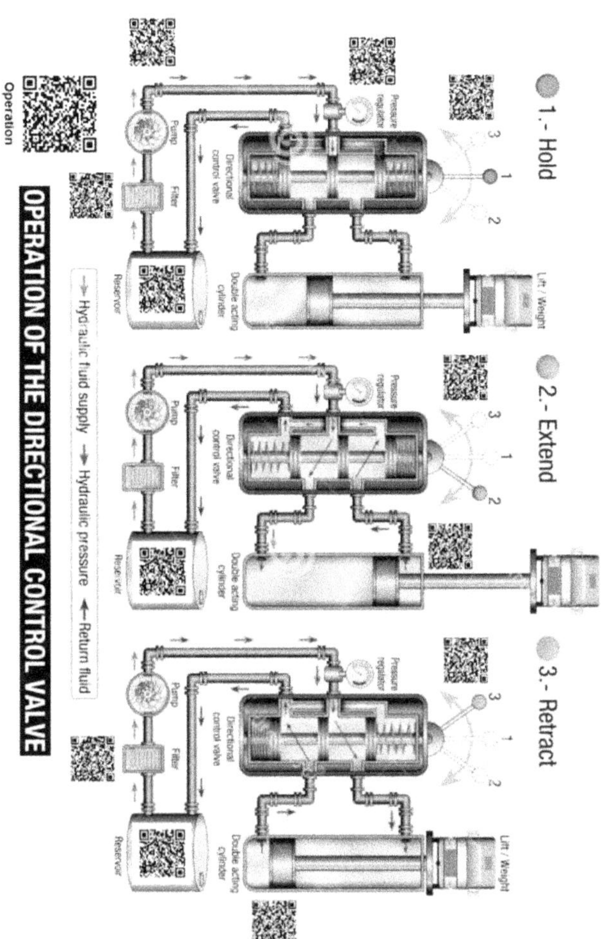

OPERATION OF THE DIRECTIONAL CONTROL VALVE

Operation

Hydraulic fluid supply
Hydraulic pressure
Return fluid

1.- Hold
2.- Extend
3.- Retract

Pressure regulator
Directional control valve
Pump
Filter
Reservoir
Double acting cylinder
Lift / Weight

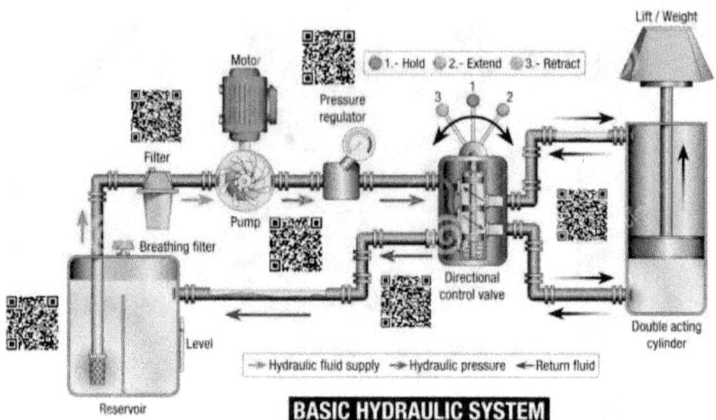

Direct Pressure Relief Valves

- The pressure relief valve provides protection against overload experienced by the actuators in a hydraulic system.   One important function is to limit the force or torque produced by the hydraulic cylinders or motors.

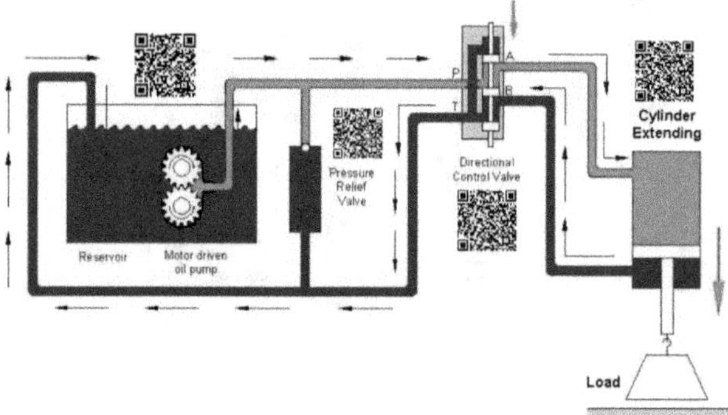

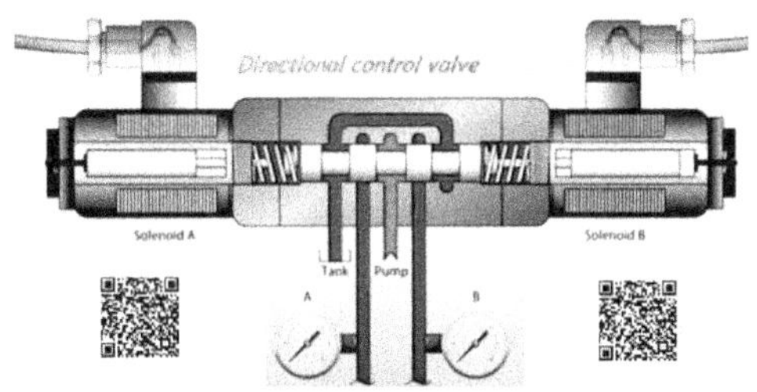

Double Acting, Single ended Cylinder

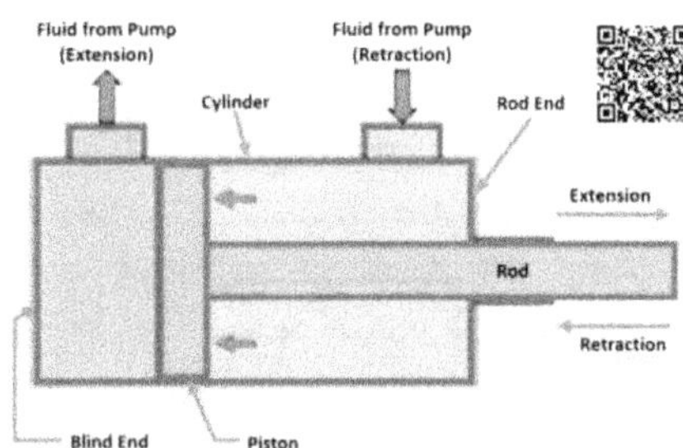

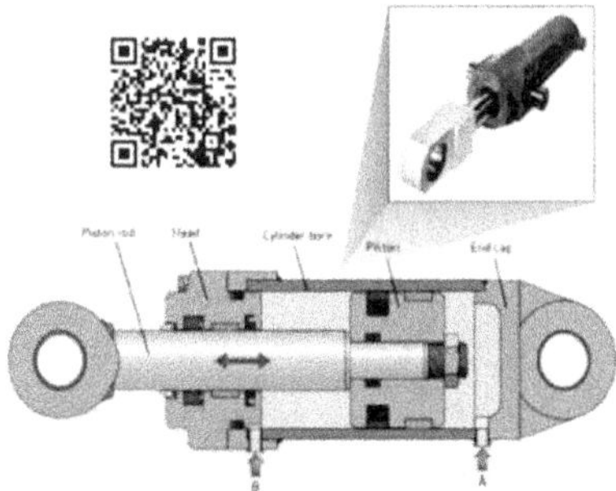

Hydraulic Cylinder

FLOW CONTROL VALVES

- A flow control valve can regulate the flow or pressure of the fluid.
- The fluid flow is controlled by varying area of the valve opening through which fluid passes.

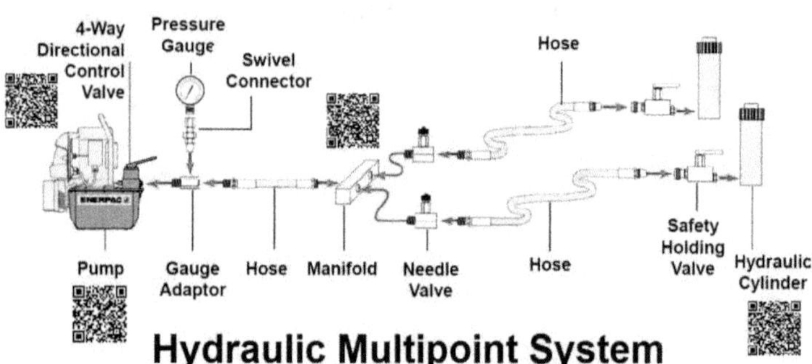

Hydraulic Multipoint System

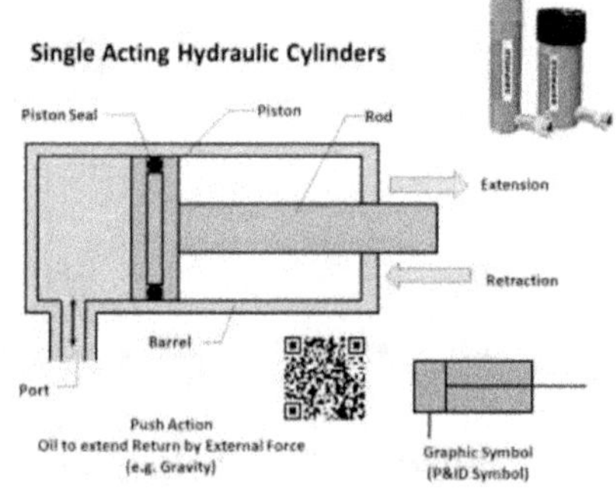

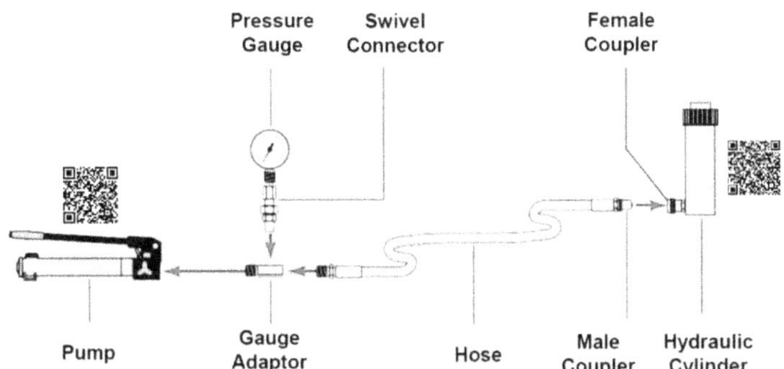

Hydraulic Single Point System

Types of Hydraulic Valves

- **Directional Control Valve:**

  Control the direction of flow of the hydraulic fluid to different lines in the circuit

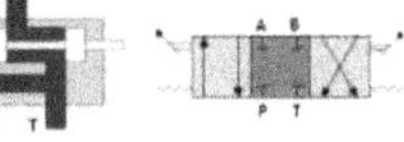

- **Flow Control Valves:**

  Control the amount of fluid flow in the circuit

- **Pressure Control Valves:**

  Control the pressure in different segments in the circuit

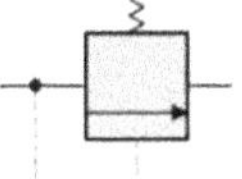

Hydraulic Valves - Parts and Components

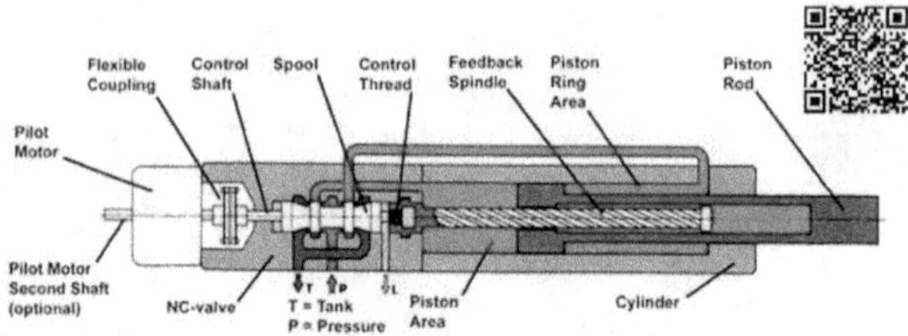

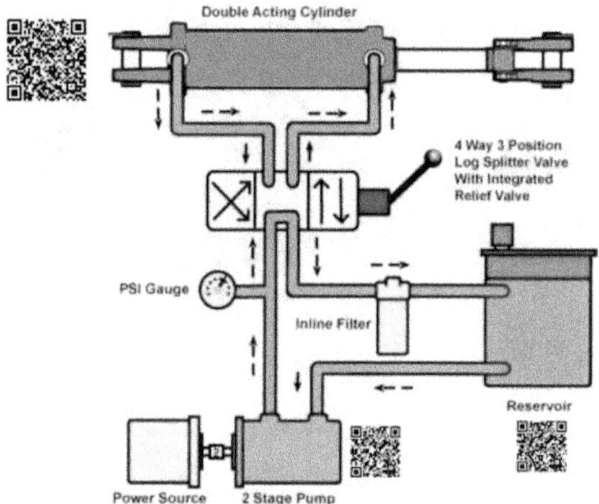

Hydraulic Double Acting Cylinder

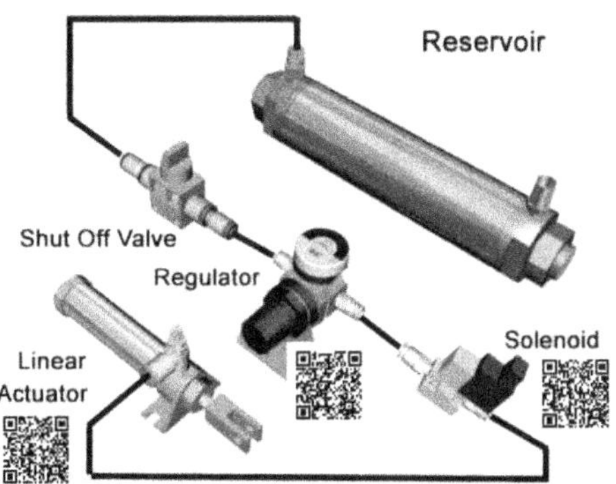

Pneumatic System

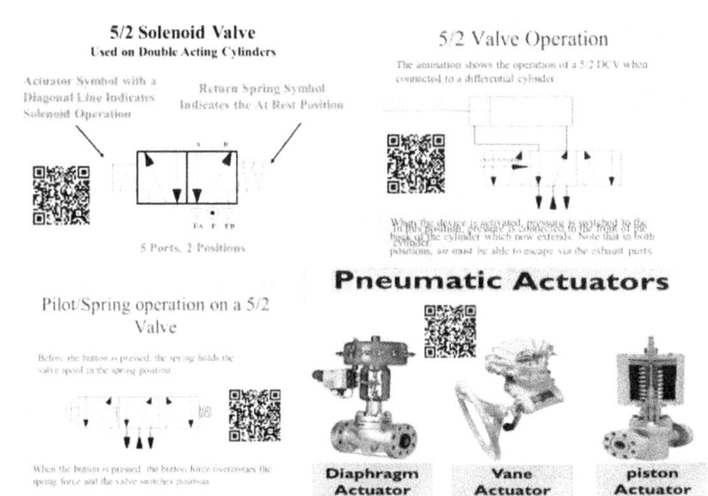

Pneumatic Control Valve   **Pneumatic Control Valve Mechanisem**

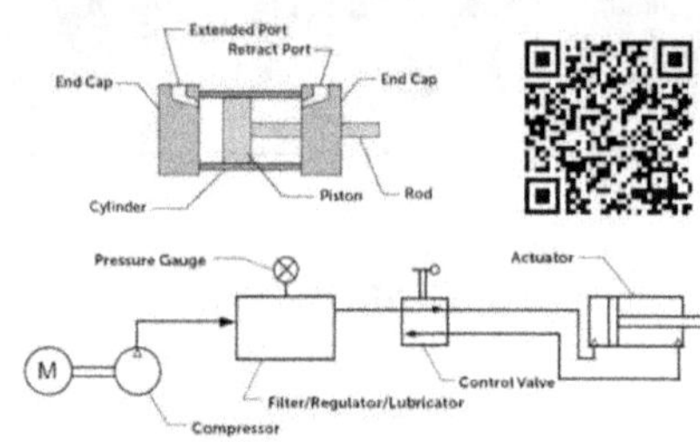

Pneumatic Cylinder System

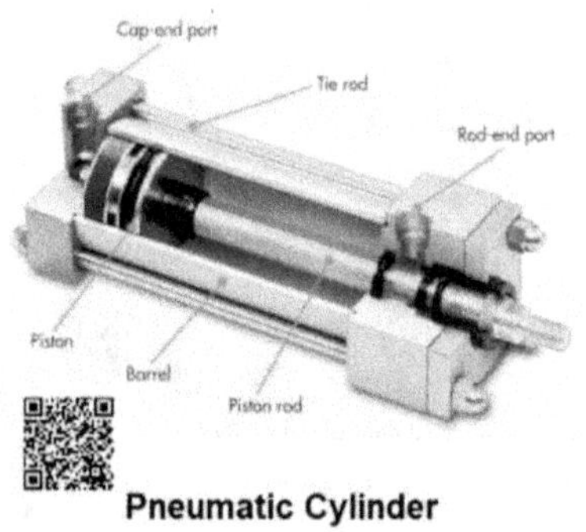

Pneumatic Cylinder

Pneumatic Cylinder

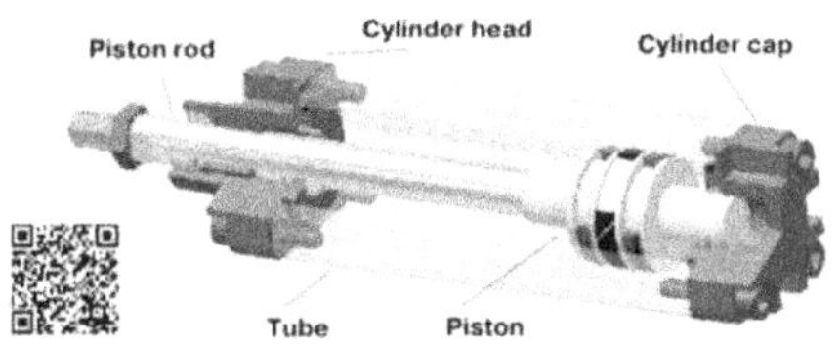

2-way, 2-position, normally closed direct-acting solenoid valve, spring return

4-way (5-port), 2-position, piloted solenoid valve, spring return

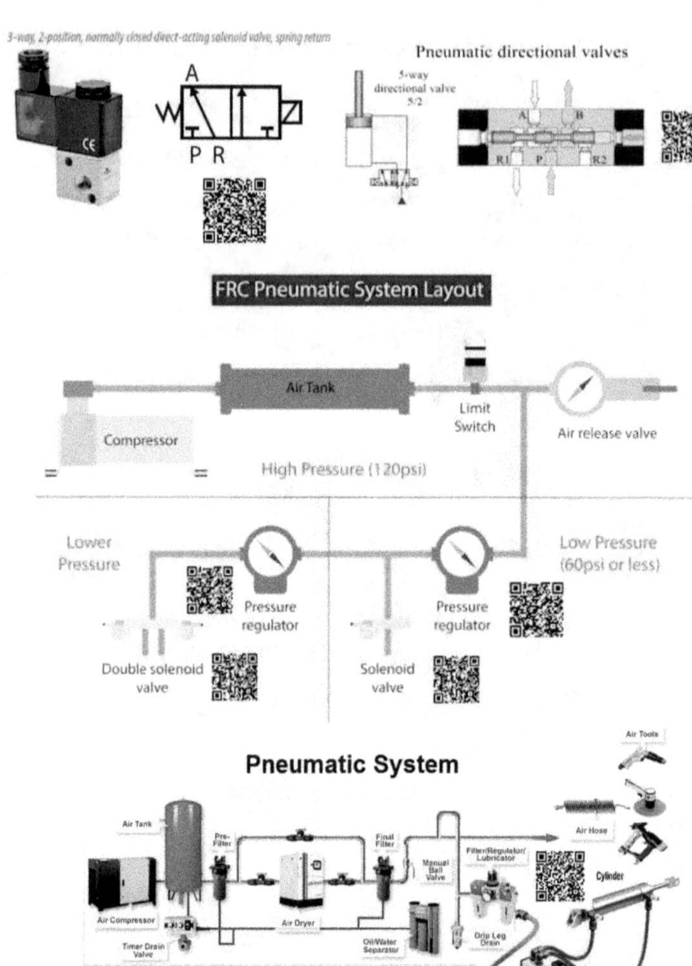

3-way, 2-position, normally closed direct-acting solenoid valve, spring return
A
P R
Pneumatic directional valves
5-way directional valve 5/2
A B
R1 P R2
FRC Pneumatic System Layout
Air Tank
Compressor
Limit Switch
Air release valve
High Pressure (120psi)
Lower Pressure
Pressure regulator
Double solenoid valve
Low Pressure (60psi or less)
Pressure regulator
Solenoid valve
Pneumatic System
Air Tools
Air Tank
Pre-Filter
Final Filter
Manual Ball Valve
Filter/Regulator/Lubricator
Air Hose
Cylinder
Air Compressor
Timer Drain Valve
Air Dryer
Oil/Water Separator
Drip Leg Drain
Valve

2

फिटर द्वितीय वर्ष मराठी
MCQ

जेथे बोल्ट आणि थ्रेइसचे नुकसान होण्यापासून संरक्षण करायचे असेल तेथे वापरले जाते.

अ] डोनाल्ड कॅप नट

ब] अंगठा नट

क] षटकोनी नट

ड] विंग-नट

02] जेथे वारंवार काढणे आणि निराकरण करणे आवश्यक आहे तेथे वापरले जाते.

अ] डोनाल्ड कॅप नट

ब] अंगठा नट

क] षटकोनी नट

ड] विंग-नट

03] मशीन बिल्डिंग आणि स्ट्रक्चरच्या कामात वापरली जाते.

अ] डोनाल्ड कॅप नट

ब] अंगठा नट

क] षटकोनी नट

ड] विंग-नट

04] जेथे वारंवार समायोजन करावे लागते तेथे वापरले जाते.

अ] डोनाल्ड कॅप नट

ब] अंगठा नट

क] षटकोनी नट

ड] विंग-नट

०५] नट मध्ये नायलॉन घालणे सैल होण्यास प्रतिबंध करते.

अ] लॉकिंग प्लेट

ब] वायर लॉक

क] <u>स्व-लॉकिंग नट</u>

ड] करवतीचे नट

06] नटच्या अर्ध्या भागावर एक स्लॉट कापला जातो.

अ] लॉकिंग प्लेट

ब] वायर लॉक

क] स्व-लॉकिंग नट

ड] <u>करवतीचे नट</u>

०७] दोन बोल्टचे ढिले होण्यास प्रतिबंध करते.

अ] लॉकिंग प्लेट

ब] <u>वायर लॉक</u>

क] स्व-लॉकिंग नट

ड] करवतीचे नट

08] वरच्या नट फिरणे प्रतिबंधित करते.

अ] <u>लॉक-नट</u>

ब] खोबणीचे नट

क] स्व-लॉकिंग नट

ड] करवतीचे नट

09] नट बसविण्यासाठी प्लेटच्या आकाराचा वापर करून नट सैल होण्यापासून प्रतिबंधित करते.

अ] <u>लॉकिंग प्लेट</u>

ब] वायर लॉक

क] स्व-लॉकिंग नट

ड] करवतीचे नट

10] षटकोनी नट ज्याचा खालचा भाग दंडगोलाकार बनलेला आणि खोबणी केलेला आहे.

अ] लॉक-नट

ब] <u>खोबणीचे नट</u>

क] स्व-लॉकिंग नट

ड] करवतीचे नट

11] थ्रेडिंग टूल्सचा वापर करून 60॰ कोनासाठी अचूकता तपासली जाते.

अ] थ्रेड प्लग गेज

ब] <u>केंद्रगेज</u>

क] स्क्रू पिच गेज

ड] साधन कोन गेज

12] प्रति इंच थ्रेड्सची संख्या a सह तपासली जाऊ शकते

अ] टूल गेज

ब] मोजणी करून मेट्रिक नियम

क] रिंग गेज

ड] <u>स्क्रूपिचगेज</u>

screw pitch gauge   Screw Pitch Gauge

<u>स्क्रूपिचगेज</u>

13] पाईप थ्रेडचा कोन काय आहे?

अ] ६०°

ब] ४७'/२°

C] 29°

<u>ड] ५५°.</u>

14] पाईप धाग्याचा उपयोग काय?

अ] प्रक्षेपण

ब] दबाव राखणे

<u>क] हवाबंद जोडणी</u>

D] वरीलपैकी काहीही नाही.

15] 2" पाईप धाग्याची खोली किती आहे?

अ] ०.५"

ब] ०.६४०"

C] ०.३३५"

<u>डी] ०.५४०".</u>

16] बाहेरील धागा रॉड किंवा पाईप वर, डाय आणि कटिंग टूल द्वारे प्रदान करतात ...... म्हणतात.

(अ.] टॅपिंग

(गो.] मरणे

<u>(क.]थ्रेडिंग</u>

(ड.] खोबणी

tap and die1   Tap Die

डाय टॅप करा

17] कोन 0f lS धागा (V आकाराचा] ---------- आहे.

अ] २९°

ब] ४७ १/४°

C] 50°

ड] 60

18] खालीलपैकी कोणत्या पद्धतीमध्ये फक्त बाह्य धागे तयार केले जातात -------

अ] फॉर्म टूल mEthOd

ब] कंपाऊंड विश्रांती पद्धत

क] टेलस्टॉकऑफसेटपद्धत

ड] टेपर टर्निंग संलग्नक पद्धत.

19] शिखा आणि धाग्याच्या मुळाशी जोडणारा पृष्ठभाग ---- म्हणून ओळखला जातो.

अ] पार्श्वभाग

ब] शंक

क] खेळपट्टीचा पृष्ठभाग

ड] या सर्व

20] दोन स्टार्ट थ्रेडची पिच 4 मिमी आहे. मग थ्रेडची लीड ----- यांनी दिली आहे.

अ] 4 मि.मी

ब] 2 मि.मी

क] 8 मि.मी

ड] 6 मि.मी

21] सिंगल पॉइंट कटिंग टूल वापरून लीड स्क्रू पिच असलेल्या लेथवर 2.5 मिमीचा स्क्रू थ्रेड कापण्यासाठी आवश्यक गियर प्रमाण ---- आहे.

अ] १:२

ब] २:१

C] 1:1 मिमी

22] M24 x 3 मिमी अंतर्गत धाग्यासाठी कटची खोली आहे

अ] <u>०.५४१२ x ३</u>

ब] ०.६१३४ x ३

क] ०.५ x ३

ड] ०.७ x ३

23] 24 x 3 मिमी अंतर्गत एक्मी थ्रेड्स कापण्यासाठी, जॉबचा मूळ व्यास आहे

अ] 20.00 मिमी

ब] 21.66 मिमी

क] 21.00 मिमी

ड] <u>20.60 मिमी</u>

24] मेट्रिक स्क्वेअर थ्रेडिंगसाठी कटची खोली आहे

अ] ०.६ x पी

ब] <u>०.५ x पी</u>

क] ०.५४१२ x पी

ड] ०.६४१२ x पी

25] बट्रेस धागा कापण्यासाठी, कटची खोली असते

अ] ०.५४१२ x पी

ब] <u>०.६ x पी</u>

क] ०.७ x पी

ड] ०.७५ x पी

26] टेम्प्लेट म्हणजे काय?

अ] कटिंग ऑपरेशनपैकी एक

ब] फॉर्म वळणापैकी एक

क] <u>नोकरीचीसमानआकृती</u>

ड] साधनांपैकी एक

27] साचा कोणत्या उद्देशाने वापरतात?

अ] <u>चिन्हांकितआणितपासणीसाठी</u>

ब] थ्रेडिंगसाठी

क] वळण्यासाठी

D] मोजण्यासाठी

28] साचा बनवण्यासाठी कोणते साहित्य वापरले जाते?

अ] एचसीएस प्लेट

ब] विशेष साधन स्टील

क] पितळ किंवा तांबे

d] GI शीटकिंवा MS पातळशीट

29] ---------------- घटकाचा आकार तपासण्यासाठी वापरला जातो

अ] साचा

ब] स्नॅप गेज

क] वाद्य

ड] साइन बार

30] चेहरा कॉपी करण्यासाठी......... टाईप टेम्प्लेट वापरला जातो

अ] गोलाकार

ब] प्लेट प्रकार

क] सपाट

ड] त्रिकोणी

31] टेपरची अचूकता सामान्यतः ...... यादृवारे तपासली जाते.

अ] टेपरगेज

ब] गेज ब्लॉक्स

C] इंडिकेटर आणि उंची गेज

32] बाह्य टेपर्ससह तपासले जातात

अ] मर्यादा प्लग गेज

ब] टेपर रिंग गेज

C] टेपर प्लग गेज

ड] थ्रेड प्लग गेज.

33] समान घटकांची मितीय अचूकता तपासण्यासाठी, डायल टेस्ट इंडिकेटर टी 6 आकारासाठी सेट केला जातो आणि तुलनाकर्ता म्हणून वापरला जातो. डायल टेस्ट इंडिकेटर सेट करण्यासाठी तुम्ही काय वापराल?

A] डायल टेस्ट इंडिकेटर

ब] टीटर गेज

क] स्लिपगेज

डी], पृष्ठभाग गेज

34] साठी साइन बार वापरला जातो

अ] ड्रिलिंगसाठी काम समतल करणे

ब] टेपर जॉबचा कोन शोधणे

क] छिद्रांचा व्यास मोजणे

डी] धाग्याचे प्रोफाइल तपासत आहे.

sine bar 1   Sine Bar

साइन बार

35] साइन बारची लांबी हे दरम्यानचे अंतर आहे

अ] साइन बारच्या एका टोकापासून दुसऱ्या टोकापर्यंत

B] साइन बारची कर्णरेषा क्रॉस लांबी

C] रोलर्स दरम्यान मध्यभागी मध्यभागी

डी] रोलर्स दरम्यान बाहेरून बाहेर.

36] साइन बारचा आकार त्याच्याद्वारे निर्दिष्ट केला जातो

अ] वजन

ब] रुंदीचे मोजमाप

क] लांबी

डी] सेटिंगचा कमाल कोन.

37]साइन बारच्या एका टोकाला स्टॉपर प्रदान करण्याचा उद्देश आहे

अ] सुलभ हाताळणी

ब] काम घसरण्यापासून रोखणे.

C] स्लिप गेजला आधार देणे

डी] सेटिंग करताना संदर्भ म्हणून वापरणे.

38] एक साइन बार त्याच्या शरीरावर चार किंवा पाच समान अंतराच्या छिद्रांसह बनविला जातो. या छिद्रांचा उद्देश आहे

अ] साइनबारसहजहाताळा

ब] सिन बारचे वजन कमी करा

C] साइन बारच्या वरच्या पृष्ठभागाच्या विकृतीला प्रतिबंध करा

ड] साइन बारला चांगले स्वरूप द्या

39] साठी साइन बार वापरला जातो

अ] छिद्रांचा व्यास मोजणे '

ब] टेपरजॉबचाकोनशोधणे

क] ड्रिलिंगसाठी काम समतल करणे

ड] थ्रेडचे प्रोफाइल चक्किंग

40] साइन बार वापरून कोन मोजण्यासाठी स्लिप गेजची उंची आणि

अ] साइनबारचीउंची

ब] नंबर स्लिप गेज

क] साइन बारची लांबी

ड] साइन बारची रुंदी

41] ----------- 1 च्या अचूकतेमध्ये कोन तपासण्यासाठी वापरला जातो.

अ] गेज

ब] साइनबार

क] मंदिर

ड] दुर्बिणीसंबंधीचा गेज

42] कॉन्टॅक्ट रोलर्सची मध्य रेषा आणि साइन बार असल्यास डेटाम पृष्ठभाग

अ] समान ओळ '''

ब] समांतर

क] कललेला

ड] लंब

43] साइन बार - पासून बनलेला आहे.

अ] उच्च कार्बन स्टील

ब] स्थिरक्रोमियमस्टील'

क] हाय स्पीड स्टील

ड] Nicked स्टील

44] वर्क पीसचा कोन अचूकपणे तपासण्यासाठी l=200mm लांबीचा साइन बार वापरला जातो. तपासायचा कोन: 250 स्लिप गेजची उंची 'h' काढा?

अ] 84.54 मिमी

ब] 83.52 मिमी

C] ८१.८१ मिमी

ड] 85.52 मिमी

45] खालीलपैकी कोणते विधान बरोबर आहे?'

अ] आकारतपासण्यासाठीगेजवापरलेजातात

ब] आकार चक करण्यासाठी टेम्पलेट वापरतात

क] आकार मोजण्यासाठी गेज वापरतात

D] घटकाचा आकार तपासण्यासाठी गेज वापरतात

46] विभागात कोणत्या मानक तापमानावर गेज ठेवले जातात?

अ] 100 क

ब] 20° से

क] 100 फॅ

ड] 20° फॅ

47] वर्कशॉपमध्ये सामान्यतः कोणत्या ग्रेडचा स्लिप गेज वापरला जातो?

A] ग्रेड 0

ब] ग्रेड एल

क] ग्रेड एच

ड] ग्रेड 0

48] भारतीय मानकांनुसार एक विशेष सेट गेज वापरला जातो

अ] 81 तुकडे

ब] 112 तुकडे

क] 120 तुकडे

ड] 130 तुकडे

49] संदर्भ गेजची अचूकता आहे

A] 0.05 मिमी

ब] 0.01 मिमी

C] ०.००१.

ड] 0.0001 मिमी

50] स्लिप गेजवरील मुंग्याचे केस, ते काढून टाकले पाहिजे

अ] भरणे

ब] लॅपिंग

क] खरवडणे

ड] दळणे

51] स्लिप गेजची कठोरता असावी?

A] 63 HRC पेक्षाजास्त

ब] 58 HRC

C] 55 HRC

ड] 50 HRC

slip gauge 1   Slip Gauge

स्लिप गेज

५२]------------- ०.०१ मिमी अचूकतेमध्ये घटक तपासण्यासाठी स्लिप गेजचा वापर केला जातो.

अ] कार्यशाळेचेगेज

ब] तपासणी मापक

क] संदर्भ गेज

ड] रिंग गेज

53], ------------ अचूक साधनाची अचूकता तपासण्यासाठी वापरले जाते.

अ] गेजब्लॉक

ब] फॅडर गेज

क] साइन बार

ड] प्लग गेज

54] अचूकता सुनिश्चित करण्यासाठी वापरण्यापूर्वी स्लिप गेज साफ केले जातात. यासाठी तुम्ही कोणते माध्यम वापराल.

अ] तेल

ब] पातळ

C]कार्बनटेट्राक्लोराईड / पांढरेपेट्रोल

ड] टर्पेन्टाइन तेल

55]समान घटकांची मितीय अचूकता तपासण्यासाठी, डायल टेस्ट इंडिकेटर टी 6 आकारासाठी सेट केला जातो आणि तुलनाकर्ता म्हणून वापरला जातो. डायल टेस्ट इंडिकेटर सेट करण्यासाठी तुम्ही काय वापराल?

A] डायल टेस्ट इंडिकेटर

ब] टीटर गेज

क] स्लिपगेज

डी], पृष्ठभाग गेज

dial test indicator 1   Dial Guage

चाचणीनिर्देशकडायलकरा

56] साइन बारबद्दल खालीलपैकी कोणते विधान बरोबर नाही?

अ] दोन्ही बाजूला ठेवलेले टो प्रिसिजन रोलर्स वापरतात

ब] क्रोमियम स्टीलचे बनलेले

क] पृष्ठभाग लॅप केलेला आहे

D]छिद्रांचीमध्यरेषावरच्यापृष्ठभागाकडेझुकलेलीअसेल

57] स्लिप गेज म्हणजे -----------

अ] आयताकृतीब्लॉक

ब] चौरस ब्लॉक

क] घन ब्लॉक

ड] दंडगोलाकार ब्लॉक

58] स्लिप गेजच्या चौथ्या मालिकेत, 46 तुकड्यांमध्ये खालीलपैकी कोणती श्रेणी बरोबर आहे

अ] 1.0 ते 9.0 मि.मी.

ब] 1.001 101.009 मिमी

क] 1.01 ते 1.09 मि.मी

D]'1.1'ते_-1.9मिमी

59] स्लिप गेजच्या 5व्या मालिकेत, 46 तुकड्यांमध्ये खालीलपैकी कोणती श्रेणी बरोबर आहे –

अ] 100 ते 100 मि.मी.'

ब] 1.001 ते 1.009 मिमी

C] 1.01 ते 0.09mrn

ड] 11 ते 9 मि.मी

60] स्लिप गेजच्या 2NDS मालिकेत, 45 तुकड्यांच्या सेटमध्ये खालीलपैकी कोणती श्रेणी योग्य आहे-

अ] 1.0 ते 9.0 मि.मी

ब] 1.001 ते 1. 009 मिमी

क] 1.01 ते 1.09 मि.मी

ड] 1.1 ते 1.9 मि.मी

61] स्लिप गेजच्या 3rd मालिकेत, 46 तुकड्यांमध्ये खालीलपैकी कोणती श्रेणी बरोबर आहे –

अ] 10.0 ते 100 मि.मी

ब] 1.001 ते 1.009 मिमी

क] 1.01 ते 1.09 मि.मी

ड] 1.1 ते 1.9 मिमी

62] स्लिप गेजच्या 1ल्या मालिकेत, 46 तुकड्यांमध्ये खालीलपैकी कोणती श्रेणी बरोबर आहे –

अ] ०.००१मिमी

ब] 001 मिमी

क] 0.1 मि.मी

ड] 1.0 मि.मी

63] स्लिप गेजच्या 2nd SERIES मध्ये, 46 तुकड्यांच्या सेटमध्ये खालीलपैकी कोणते STEP बरोबर आहे –

अ] ०.००१ मिमी

ब] 0.01 मिमी

क] 0.1 मिमी

ड] 1-0 मि.मी

64] स्लिप गेजच्या तिसऱ्या मालिकेत, 46 तुकड्यांमध्ये खालीलपैकी कोणते STEP बरोबर आहे

अ] ०.००१ मिमी

ब] ०.०१ मिमी

क] 0.1 मिमी

ड] 1.0 मि.मी

65] सिमेंट कार्बाइड ट्रेडिंग टूलसाठी कोणत्या प्रकारची टीप खालीलप्रमाणे आहे?

अ] रिजेक्ट टूलवर क्लॅम्पिंगसाठी

ब] उपकरणावरब्रेझिंगसह

C] टूलवर वेल्डिंगसह

66] प्रति इंच थ्रेड्सची संख्या a सह तपासली जाऊ शकते

अ] टूल गेज

ब] मोजणी करून मेट्रिक नियम

क] रिंग गेज

ड] स्क्रूपिचगेज

67] टेलीस्कोपिक गेजचा वापर छिद्र आणि स्लॉट मोजण्यासाठी केला जातो.

अ] 10 मिमी ते 100 मिमी पर्यंत

ब] 12 मिमी ते 152 मिमी पर्यंत

क] १२.७ मिमी ते १५२.४ मिमी

D] वरीलपैकी काहीही नाही.

Telescopic gauges 1   Teliscopic Gauge

टेलिस्कोपिक गेज

68] छिद्र आणि स्लॉट मोजण्यासाठी लहान छिद्र गेज वापरले जातात.

अ] 10 मिमी खाली

ब] 12.7 मिमी खाली

C] 20 मिमी खाली

ड] 20.7 मिमी खाली.

69] संख्या ड्रिल मालिकेच्या संचामध्ये खालील श्रेणींमध्ये ड्रिल्स असतात. योग्य श्रेणी दर्शवा

अ] 1 ते 40

ब] 1 ते 50

C] <u>1 ते 80</u>

ड] 1 ते 100

70] संख्या ड्रिल मालिकेत, सर्वात लहान ड्रिल आकार आहे...

अ] 0.1 मिमी

ब] <u>0.35 मिमी</u>

क] 0.5 मिमी

ड] 0.52 मिमी

71] नंबर ड्रिल सीरिजमध्ये, ड्रिलचा सर्वात मोठा आकार आहे...

अ] 102 मिमी

ब] <u>5.791 मिमी</u>

क] 5.613 मिमी

ड] 5.410 मिमी

72] लेटर ड्रिल सिरीजमध्ये ड्रिल 'ए' चा आकार...

अ] 13 मिमी

ब] 6.08 मिमी

क] 6.045 मिमी

ड] <u>5.944 मिमी</u>

73] लेटर ड्रिल सीरिजमध्ये, सर्वात मोठ्या ड्रिलचा आकार ...

अ] 10.33 मिमी

ब] <u>10.490 मिमी</u>

क] 12.01 मिमी

ड] 15.00 मिमी

74] फीलर गेज यासाठी वापरले जाते...

अ] पृष्ठभागाचा खडबडीतपणा तपासणे

ब] वर्कपीसची त्रिज्या तपासत आहे

क] <u>वीणभागांमधीलअंतरतपासणे</u>

ड] होल लोकेटरची अचूकता तपासणे

feeler gauge 1

Feeler Guage

फीलर गेज

75] आराम खोबणीचा उद्देश आहे...

अ] आवश्यक प्रकारचा तंदुरुस्त ठेवा

B]<u>पृष्ठभागांदरम्यानकोणताहीअडथळानयेतासंपर्कसुनिश्चितकरा</u>

क] स्नेहन साठी करा

ड] खेळासाठी घटक समायोजित करा

76] साधारणपणे गेज तयार केले जातात

अ] निकेलक्रोमियम

ब] सौम्य पोलाद

क] कास्ट स्टील

ड] HSS

77] साधारणपणे गेज वापरले जातात

अ] मोठ्याप्रमाणावरउत्पादन

ब] घटक मोजणे

क] वैयक्तिक घटक

D] मितीय अचूकता तपासत आहे

78] केंद्र गेज वापरले जाते

अ] धाग्याची खेळपट्टी तपासा

ब] योग्यकेंद्रउंचीवरटूलसेटकरा

सी] धाग्याचे फिट तपासा

D] थ्रेडिंग टूलचा कोन तपासा

centre gauge 1   Gauges

केंद्र गेज

79] मेट्रिक सेंटर गेजचा कोन असतो

अ] ५५°

ब] ६०°

क] ४७.५°

ड] २९°

80] स्लिप गेजवरील मुंग्याचे केस, ते काढून टाकले पाहिजे

अ] भरणे

ब] लॅपिंग

क] खरवडणे

ड] दळणे

81] ज्या उद्देशाने लॅपिंग ऑपरेशन केले जाते ---

अ] पृष्ठभाग पूर्ण परिष्कृत करण्यासाठी.

ब] फिटची गुणवत्ता सुधारण्यासाठी

C] भूमितीय अचूकता सुधारण्यासाठी,

ड] <u>वरीलसर्व</u>

82] लॅपिंग कंपाउंड मटेरियल ---------- आहे.

अ] वाळूचा दगड

ब] <u>हिरा</u>

क] क्वार्ट्ज

ड] कोरंडम

83] कामाचा तुकडा एब्रेसिव्हने चार्ज होतो आणि लॅप कधी कापतो?

अ] कामाचा तुकडा लॅपपेक्षा कठीण आहे

ब] <u>कामाचातुकडालॅपपेक्षामऊअसतो</u>

क] कामाच्या तुकड्यापेक्षा मांडीचा भाग मऊ असतो

ड] लॅप कामाच्या तुकड्यापेक्षा खडबडीत आहे

84] चर लॅपिंग प्लेटवर ----------- साठी प्रदान केले जातात.

अ] प्लेटची विकृती रोखणे

ब] <u>लॅपिंगपेस्टराखूनठेवणे</u>

क] घर्षण कमी करणे

ड] धातू-चीप गोळा करते

85] डायमंड लॅपिंगसाठी खालील साहित्य वापरले जाते ....

A] H55

ब] <u>तांबे'</u>

C] अॅल्युमिनियम ऑक्साईड,

ड] उच्च कार्बन स्टील

86] खालीलपैकी कोणती एक थंड कार्य प्रक्रिया आहे ज्याद्वारे पृष्ठभागाच्या फिनिशमध्ये सुधारणा, मितीय अचूकता आणि कामाच्या कडकपणावर धातू काढल्याशिवाय परिणाम होऊ शकतो?

अ] <u>जळणे</u>

ब] होनिंग

क] लॅपिंग _

ड] सुपर फिनिशिंग

87] होनिंग प्रक्रियेत, स्पिंडलची हालचाल ---' ------------ असते.

अ] <u>उभ्याआणिपरस्पर</u>

ब] परस्पर

क] उभा

ड] क्षैतिज आणि परस्पर

88] अपघर्षक काठी वापरून प्रक्रिया केली जाते का?

अ] लॅपिंग

ब] होनिंग

क] सुपर फिनिशिंग

89] ही प्रक्रिया कठोर आणि कठोर अशा दोन्ही अवस्थेत चालते ------

अ] जळणे

ब] सुपर फिनिशिंग

क] लॅपिंग

ड] होनिंग

90] -------------- साठी होनिंग प्रक्रियेस प्राधान्य दिले जाते.

अ] अंतर्गतछिद्रपूर्णकरणे

ब] कार्बाइड्सचे कंटाळवाणे

क] अंतर्गत धागे कापणे '

डी] बाह्य दळणे

91] होनिंगमधील पृष्ठभागाच्या खडबडीची श्रेणी -------- च्या श्रेणीत आहे.

अ] ०.९ ते ५ मायक्रॉन

ब] 0.1 ते 5 मायक्रॉन

क] 0.13 ते 1.25 मायक्रॉन

ड] 0 ते 100 मायक्रॉन

92] honing ऑपरेशन ची उत्पादकता आहे

अ] लॅपिंग ऑपरेशनच्या उत्पादकतेपेक्षा कमी

ब] लॅपिंगऑपरेशनच्याउत्पादकतेपेक्षाजास्त

C] समान वर्क पीससाठी लॅपिंग ऑपरेशनच्या उत्पादकतेच्या बरोबरीचे

ड] यापैकी नाही

93] बेअरिंग अस्तर साठी साहित्य.

अ] इयुरल्युमिन

ब] पितळ

क] कांस्य

ड] बॅबिट

94] असंतुलित भार.

अ] गृहनिर्माण मध्ये बेअरिंग चिमटा.

ब] बेअरिंगचा रंग मंदावणे.

क] गृहनिर्माण मध्ये बाह्य रिंग च्या कताई

ड] बॉल किंवा रोलर डेंटिंग .

95] गृहनिर्माण विकृत.

अ] गृहनिर्माण मध्ये बेअरिंग चिमटा.

बी] बेअरिंगचा रंग मंदावणे.

क] गृहनिर्माण मध्ये बाह्य रिंग च्या कताई

ड] बॉल किंवा रोलर डेंटिंग.

96] विकृत शाफ्ट आणि बेअरिंग असेंब्लीचे इतर भाग

अ] गृहनिर्माण मध्ये बेअरिंग चिमटा.

ब] बेअरिंगचा रंग मंदावणे.

क] गृहनिर्माण मध्ये बाह्य रिंग च्या कताई

ड] बॉल किंवा रोलर डेंटिंग.

97]गृहनिर्माण खूप मोठे आहे.

अ] गृहनिर्माण मध्ये बेअरिंग चिमटा.

ब] बेअरिंगचा रंग मंदावणे.

क] गृहनिर्माण मध्ये बाह्य रिंग च्या कताई

ड] बॉल किंवा रोलर डेंटिंग.

98] माउंटिंगची चुकीची पद्धत.

अ] घरामध्ये पिंच केलेले बेअरिंग .

ब] बेअरिंगचा रंग मंदावणे.

क] गृहनिर्माण मध्ये बाह्य रिंग च्या कताई

ड] बॉल किंवा रोलर डेंटिंग.

99] गृहनिर्माण गोल बाहेर बोअर.

अ] घरामध्ये पिंच केलेले बेअरिंग .

ब] बेअरिंगचा रंग मंदावणे.

क] गृहनिर्माण मध्ये बाह्य रिंग च्या कताई

ड] बॉल किंवा रोलर डेंटिंग.

100] शाफ्ट बियरिंग्जमध्ये धूळ किंवा काजळी जाण्यास प्रतिबंध करते.

अ] '0' रिंग सील

ब] रेडियल ओठ सील

क] वाइपर सील

ड] स्प्रिंग लोडेड सील

101] साध्या कार्बन स्टीलला कमी गंभीर तापमानापेक्षा एकसमान गरम केल्याने घन द्रावण तयार होण्यास सुरुवात होते...

अ] फेराइट

ब] परलाइट

क] <u>ऑस्टेनाइट</u>

ड] मार्टेन्साइट

102] आवश्यक गुणधर्म मिळविण्यासाठी स्टीलची रचना बदलण्यासाठी गरम आणि थंड करण्याच्या प्रक्रियेला म्हणतात...

अ] कडक होणे

ब] <u>उष्णताउपचार</u>

क] सामान्यीकरण

ड] टेंपरिंग

103] एनीलिंगचा मुख्य उद्देश आहे

अ] कडकपणा वाढवण्यासाठी

ब] कणखरपणा वाढवणे

क] <u>यंत्रक्षमतासुधारण्यासाठी</u>

ड] विकृती दूर करण्यासाठी

104] संरचनेत एकसमानता आणि सुधारित यांत्रिक गुणधर्मांसाठी सूक्ष्म धान्य तयार करण्यास मदत करणारी प्रक्रिया म्हणून ओळखली जाते...

अ] टेंपरिंग

ब] एनीलिंग

क] कडक होणे

ड] <u>सामान्यकरणे</u>

105] खालीलपैकी कोणता कार्बन आणि लोह यांचे मिश्रधातू आहे, ज्यात कार्बन एकत्रित अवस्थेत आहे?

अ] <u>पोलाद</u>

ब] लोह

क] कास्ट लोह

ड] पिग-लोह

106] लोहामध्ये विरघळलेल्या कार्बनला घन द्रावण म्हणतात

अ] सिमेंटाइट

ब] <u>फेराइट</u>

क] परलाइट

ड] ऑस्टेनाइट

107] लोहासह कार्बनचे रासायनिक संयुग म्हणतात...

अ] फेराइट

ब] परलाइट

क] <u>सिमेंटाइट</u>

ड] ऑस्टेनाइट

108] सिमेंटाईट आणि फेराइट मिळून स्टीलमध्ये लॅमिनेटेड रचना तयार करतील ज्याला...

अ] मार्टेन्साइट

ब] मिश्रधातूचे पोलाद

क] ऑस्टेनाइट

ड] परलाइट

109] कार्बन स्टीलमध्ये कार्बन सामग्री 0.83% पेक्षा जास्त वाढल्याने प्रमाणानुसार परिणाम होतो.

अ] लवचिकता कमी करणे

ब]कडकपणावाढतो

क] ताकद वाढणे

ड] लवचिकता वाढणे

110] खालीलपैकी कोणते थर्मोप्लास्टिक आहे?

अ] फिनॉलिक्स

ब] अमिनोस

क] ॲक्रेलिकराळ

ड] पॉलिस्टर राळ

111] खालीलपैकी कोणते थर्मोसेटिंग प्लास्टिक श्रेणीत येते?

अ] सेल्युलोजिक्स

ब] नायलॉन

क] इपॉक्सी

ड] पॉलिथिन

112] स्टीलचे सामान्यीकरण करण्याचा उद्देश ...... आहे.

(अ] प्रेरित ताण काढून टाका

(ब] यंत्रक्षमता सुधारा

(C] स्टील मऊ करा

(डी] कडकपणा वाढवा आणि ठिसूळपणा कमी करा

113] कार्बन स्टीलचा तुकडा 730 डिग्री सेल्सिअसच्या वर त्या तापमानात काही तासांसाठी गरम केला जातो आणि नंतर हळूहळू थंड केला जातो. कोणती उष्णता उपचार प्रक्रिया केली जाते?

(अ] सामान्य करणे

(ब] केस कडक होणे

(क.] कडक होणे

(डी] एनीलिंग

114]उष्मा उपचार शस्त्रक्रियेद्वारे स्टीलमधील कडकपणा वाढतो आणि ठिसूळपणा कमी होतो.

अ] एनीलिंग

ब] सामान्य करणे

क] टेंपरिंग

ड] केस कडक होणे

115] सायनाईडिंग आणि नायट्रेटिंग या .... च्या दोन पद्धती आहेत.

अ] कडक होणे

ब] केस कडक होणे

क] टेंपरिंग

D] Ammonising

116] सौम्य स्टीलच्या भागांची बाह्य पृष्ठभाग ...... द्वारे कठोर केली जाऊ शकते.

अ] टेंपरिंग

ब] सामान्य करणे

क] कडक होणे

ड] कडक होणे

117]NH3 नायट्रेटिंग प्रक्रियेत, वायूचा परिचय .... येथे होतो.

A] 500°C 2 560°C

B] 600°C 3 650°C

C] 575°C 3 600°C

D] 650°C 3 700°

118]हाय स्पीड स्टील ...... वर टेम्पर्ड आहे

A] 220°C 3 230°C

B] 280°C '6 400°C

C] 230°C '3 270°C

ड] 550°C 3 600°C

119] टूल स्टीलच्या पृष्ठभागावर कडक करण्यासाठी खालीलपैकी कोणती प्रक्रिया वापरली जाते?

अ] कार्ब्युरिझिंग

ब] सायनिडिंग

क] इंडक्शन कडक होणे

ड] कडक होणे

120]कठोर होत असताना उच्च" होन स्टीलचे निम्न गंभीर तापमान ...... आहे.

A] 960°C

ब] 900° से

<u>C] 723°C</u>

D] ५६०°C

121]HSS मिलिंग कटरची अंदाजे कडकपणा .... आहे.

A] 45HRCA

ब] 52 HRC

<u>C] 62 HRC</u>

ड] 75 HRC

122]एनीलिंगचा मुख्य उद्देश काय आहे]

<u>अ] यंत्रक्षमता सुधारण्यासाठी</u>

ब] चुंबकत्व सुधारण्यासाठी

क] कडकपणा वाढवण्यासाठी

ड] कणखरपणा वाढवणे

123]पुढीलपैकी कोणते ठोस सुरुवातीच्या उठावाचे साहित्य आहे?

<u>अ] कोळसा</u>

ब] पेट्रोल

क] अमोनिया

ड] रॉकेल

124]पोलाद आवश्यक तपमानावर गरम केल्यानंतर कडक होत असताना ते त्या तपमानावर साधारणपणे भिजण्याची वेळ म्हणून धरले जाते]

<u>अ] 10 मिमी जाडीसाठी 5 मिनिटे</u>

ब] 5 मिमी जाडीसाठी 10 मिनिटे

C] 2 मिमी जाडीसाठी 20 मिनिटे

ड] 2 मिमी जाडीसाठी 20 मिनिटे

125] HSS टूल कडक करण्यासाठी खालीलपैकी कोणते शमन माध्यम वापरले जाते?

अ] पाणी

ब] ब्राइन द्रावण

<u>क] तेल</u>

ड] सोडा पाणी

126]हाय स्पीड स्टील टूलसाठी कडक तापमान आहे......

<u>A] 1250°C</u>

B] 950°C

C] 850°C

D] 750°C

127]खालील पैकी कोणता उद्देश कठोर स्टीलला टेम्परिंग करण्याचा आहे.

<u>अ] कणखरपणा वाढवणे</u>

ब] लवचिकता वाढवण्यासाठी

क] कडकपणा वाढवण्यासाठी

ड] कडकपणा कमी करण्यासाठी

128]सामान्यीकरण करताना स्टील थंड केले पाहिजे....

<u>अ] खोलीच्या तापमानाला स्थिर हवेत</u>

ब] तेलात

क] जबरदस्तीने हवेत

ड] पाण्यात

129]कमी कार्बन स्टीलच्या पृष्ठभागावर कार्बनची टक्केवारी वाढवण्याची प्रक्रिया ...... म्हणून ओळखली जाते.

अ] कडक होणे

ब] मॉनिंग

क] कार्ब्युरिझिंग

ड] टेंपरिंग

130]कठीण व लवचिक गाभा आणि कठोर बाह्य पृष्ठभाग असलेले घटक तयार करण्याच्या प्रक्रियेला...... असे म्हणतात.

अ] कडक होणे

ब] केस कडक होणे

<u>क] टेंपरिंग</u>

ड] एनीलिंग

131]स्टीलला वरच्या गंभीर तापमानापेक्षा 400C वर गरम करून खोलीच्या तापमानाला स्थिर हवेत थंड करण्याची प्रक्रिया ज्ञात आहे .....

अ] कडक होणे

ब] एनीलिंग

<u>क] सामान्यीकरण / धान्य चालू</u>

ड] टेंपरिंग

132] खालीलपैकी कोणती उष्णता उपचार प्रक्रिया घटकावर स्केल-मुक्त पृष्ठभाग तयार करते?

अ] ज्वाला कडक होणे

ब] केस हार्डनिंग

क] सामान्यीकरण

<u>ड] इंडक्शन हार्डनिंग</u>

133] vickcr कडकपणा परीक्षकाच्या इंडेंटरचा बिंदू कोन आहे......

अ] 120°

ब] 130°

C] 136°

ड] 140°

134]रॉकवेल कडकपणा परीक्षकाच्या बी स्केलसाठी लोड श्रेणी ......

A] 5 kgf ते 120 kgf

ब] 10 kgf ते 100 kgf

C] 10 kgf ते 150 kgf

ड] 100 kgf ते 3000 kgf

135] '3' स्केलमध्ये रॉकवेल कडकपणा चाचणी पद्धतीसाठी लागू केलेला मुख्य भार 3 आहे....

A] 300 kgf

ब] 15 kgf

C] 120 kgf

ड] 100 kgf

136] किरकोळ आणि मोठे भार यांच्यातील वाचनातील फरक विचारात घेतला जातो.......

A] Brinell lmrdnless Test

ब] रॉकवेल कडकपणा चाचणी

सी] किनारा कडकपणा चाचणी

ड] विकर्स कडकपणा चाचणी

137] आवश्यक गुणधर्म मिळविण्यासाठी स्टीलची रचना बदलण्यासाठी गरम आणि थंड करण्याच्या प्रक्रियेला म्हणतात.

अ] कडक होणे

ब] सामान्यकरणे

क] उष्णता उपचार

ड] टेंपरिंग

138] एनीलिंगचा मुख्य उद्देश आहे

अ] कडकपणा वाढवा

ब] कणखरपणा वाढवा

क] यंत्रक्षमतासुधारणे

ड] विकृती सुधारणे

139] स्टीलचे सामान्यीकरण करण्याचा उद्देश ----------- आहे.

अ] प्रेरितताणकाढूनटाका

ब] जनुक सुधारणे आणि ठिसूळपणा कमी करणे

क] धातू मऊ करणे

ड] पृष्ठभाग वाढवा?

140] खालीलपैकी कोणती प्रक्रिया बाह्य 5" ॲनिलिंगसाठी कठोर करण्यासाठी वापरली जाते

अ] कडक होणे

ब] टेंपरिंग

क] केसकडकहोणे

ड] अश्रू पृष्ठभाग

141] कठीण आणि लवचिक गाभा असलेले घटक तयार करण्याच्या उद्देशाला ...... म्हणून ओळखले जाते.

अ] कडक होणे

ब] केसकडकहोणे

क] टेंपरिंग

ड] एनीलिंग

142] हार्डनिंग करताना उच्च कार्बन स्टीलचे कमी गंभीर तापमान ---------- असते.

A] 9600C

ब] 900° से

c] 7230 इ.स

D] 56O C

143] रचना बदलण्याची आणि अशा प्रकारे गरम आणि थंड करून गुणधर्म बदलण्याच्या प्रक्रियेला -- असे म्हणतात.

अ] उष्णताउपचार

ब] मिश्रधातू

क] टेंपरिंग

ड] यापैकी नाही

144] धान्य रचना शुद्ध करण्यासाठी खालीलपैकी कोणती उष्णता उपचार प्रक्रिया अवलंबली जाते.

अ] एनीलिंग

ब] कडक होणे

क] टेंपरिंग

ड] सामान्यकरणे

145] लोखंड आणि पोलादावर ॲनिलिंग केले जाते ---------

अ] अंतर्गत ताण दूर करण्यासाठी

ब] कडकपणा कमी करण्यासाठी

क] यंत्रक्षमता सुधारण्यासाठी

ड] हेसर्व

146] खालीलपैकी कोणते उष्मा उपचाराच्या टप्प्यांत येत नाही?

अ] गरम करणे

ब] स्वच्छता

क] शमन करणे

ड] भिजवणे

147] सिमेंट कार्बाइड थ्रेडिंग टूलसाठी कोणत्या प्रकारची टीप खालीलप्रमाणे आहे?

अ] रिजेक्ट टूलवर क्लॅम्पिंगसाठी

ब] उपकरणावरब्रेझिंगसह

क] टूलवर वेल्डिंगसह

ड] टूलवर सोल्डरिंगसह

148] सिमेंट कार्बाइड थ्रेडिंग टूलची टीप आहे

अ] brazed

ब] वेल्डेड

क] सोल्डर केलेले

ड] टांग्याला चिकटवले

149] सॉफ्ट सोल्डरिंग केले जाते

A] 450० C खाली

ब] 450०C च्या वर

C] 900०C वर

D] 1000०C वर

150] ब्रेझिंग केले जाते

A] 1900०C वर

ब] 450०C च्यावर

C] 1000०C वर

D] 450०C खाली

151] एक brazed संयुक्त आहे

अ] सोल्डर केलेल्या जोडापेक्षा कमकुवत

ब] सोल्डर जोडण्यापेक्षा मजबूत

सी] वेल्डेड जोडापेक्षा मजबूत

डी] चांदीच्यासोल्डरकेलेल्याजोडापेक्षाकमकुवत

152] साचा म्हणजे काय?

अ] कटिंग ऑपरेशनपैकी एक

ब] फॉर्म वळणाचा एक

सी] <u>नोकरीचीसमानआकृती</u>

ड] साधनांपैकी एक

153] साचा कोणत्या उद्देशाने वापरतात?

अ] <u>चिन्हांकितआणितपासणीसाठी</u>

ब] थ्रेडिंगसाठी

क] वळण्यासाठी

D] मोजण्यासाठी

154] टेम्पलेट बनवण्यासाठी कोणते साहित्य वापरले जाते?

अ] एचसीएस प्लेट

ब] विशेष साधन स्टील

क] पितळ किंवा तांबे

d] <u>GI शीटकिंवा MS पातळशीट</u>

155] -------------- घटकाचा आकार तपासण्यासाठी वापरला जातो

अ]<u>साचा</u>

ब] स्नॅप गेज

क] वाद्य

ड] साइन बार

156] भोक खोदण्यासाठी आणि पुन्हा बांधण्यासाठी वापरण्यात येणारी जिग बुश आहे...?

A] दाबा फिट बुश

ब] लाइनर झुडूप

क] <u>स्लिपअक्षयझुडूप</u>

ड] स्थिर अक्षय झुडूप

157] नोकरी ठेवण्यासाठी कोणते यंत्र वापरले जाते आणि काम करताना टोलसाठी मार्गदर्शन केले जाते?

अ] गेज

ब] गृहनिर्माण

क] <u>जिग</u>

ड] स्थिरता

jig   Jig Fixture

जिग

158] खालील दिलेले उपकरण कोणते फक्त क्लॅम्पिंग कामासाठी वापरले जाते?

अ] जिग

ब] स्थिरता

क] गृहनिर्माण

D] गेज

159] वेल्डिंग जॉबद्वारे फॅब्रिकेटेड असताना वेल्डिंग जॉबच्या 360 डिग्री सेल्सिअस पर्यंत फिक्स्ड किंवा रिव्हॉल्व्हिंगसाठी कोणते उपकरण वापरले जाते?

अ] गेज

b] साचा

क] जिग

ड] स्थिरता

Fixture 1   Jig Fixture

फिक्स्चर

160] ड्रिलिंग जिगच्या मुख्य गोष्टी मशीन टेबलसह क्लॅम्पिंग न करणे खालील कोणते कारण योग्य आहे?

अ] तेऑपरेशनसाठीमजबूतआहे

ब] ते ऑपरेशनसाठी सोपे आहे

सी] कामावर ड्रिलिंग करताना वेगवेगळ्या सेटिंगद्वारे अनेक वेगवेगळ्या आकाराची छिद्रे तयार होतात

डी] या उपकरणासाठी बराच वेळ आहे

161] गोल आकाराच्या नोकरीसाठी कोणती ठिकाणे सर्वात उपयुक्त आहेत?

अ] पिन प्रकार लोकेटर

ब] वेज टाइप लोकेटर

<u>सी] वीलोकेटर</u>

डी] समायोज्य स्टॉप लोकेटर

162] ड्रिलिंग जिग्समध्ये बुशिंग वापरण्याचे कोणते कारण बरोबर आहे?

अ] ड्रिलिंगसाठी सोपे

ब] निश्चित ड्रिल होल आकारासाठी

<u>C]अचूकड्रिलिंगऑपरेशनसाठी</u>

D] चांगल्या फिनिश ड्रिलिंग होलसाठी

163] जिग बुश तयार करण्यासाठी धातू...?

अ] सौम्य पोलाद

ब] कास्ट लोह

क] कास्ट स्टील

<u>ड] टूलस्टील</u>

164] खालील झुडूप दिल्यास अक्षय बुशिंग शोधण्यासाठी कोणती बसिंग वापरली जाते?

अ] दाबा फिट बुशिंग

<u>ब] रेखीयबुशिंग</u>

क] विशेष बुशिंग

ड] knurd बुशिंग

165] जिगमध्ये सहिष्णुता असते..?

अ] नोकरी सहिष्णुता पाच उपस्थित

ब] नोकरी सहनशीलता दहा टक्के

<u>C] 20% ते 50% नोकरीसहनशीलता</u>

ड] 100% नोकरी सहनशीलता

166] बोअरच्या स्थानासाठी कोणत्या जिगचा वापर केला जातो?

अ] प्लेट जिग

ब] घन जिग

<u>क] पोस्टजिग</u>

D] बॉक्स जिग

167] कोणत्या जिगमध्ये ड्रिल प्लेट असते?

अ] घन जिग

ब] प्लेट जिग

क] बॉक्स जिग

ड] टेबल जिग

168] अंतर्गत व्यास स्थानासाठी खालील लोकेटरचा वापर केला जातो?

अ] घन सपोर्ट्स

ब] पिन प्रकार लोकेटर

क] वी लोकेटर

ड] नेस्ट लोकेटर

169] Drm jig bushing-सामान्यतः ------------ कठोर होतात.

अ] सौम्य पोलाद

ब] कास्ट लोह

क] कास्ट स्टील

ड] तोई स्टील

170] जिग्स हे उपकरण आहे जे --------------

अ] कामाचा भाग शोधा

ब] कामाचा तुकडा पकडणे आणि आधार देणे

क] कटिंग टूलचे मार्गदर्शन करा

ड] वरील सर्व करतो

171] खालीलपैकी कोणत्या जिग्सचा वापर बोअरमधून फोलोकेशनसाठी केला जातो?

अ] प्लेट जिग

ब] घन जिग

क] पोस्ट जिग

ड] पेटी जिग

172] फिक्स्चर हे उत्पादन उपकरण आहे जे -----------.

अ] वर्कपीस धरतो आणि शोधतो

ब] तुकडा धरतो

क] कामाच्या तुकड्याशी गप्पा मारणे,

ड] धरतो ना. कामाचा भाग शोधतो

173] खालीलपैकी कोणते साधन साधनाचे मार्गदर्शन करण्यासाठी आणि मोठ्या प्रमाणावर उत्पादनात काम करण्यासाठी वापरले जाते? ‘

अ] गेज.

ब] गृहनिर्माण

क] स्थिरता

ड] जिग

174] ड्रिल जिगमध्ये प्रोई/आयडिंग बुशिंगचा उद्देश खालीलपैकी कोणता आहे?

अ]

<u>अचूकपणेशोधण्यासाठीआणिअचूकड्रिलिंगऑपरेशनसाठीड्रिलचेमार्गदर्शनकरण्यासाठी</u>

ब] ड्रिल करायच्या छिद्राचा आकार निश्चित करण्यासाठी

क] सुलभ ड्रिलिंगसाठी

ड] ड्रिल केलेल्या छिद्रांमध्ये चांगला तयार पृष्ठभाग मिळविण्यासाठी

175] ड्रिल जिग कशासाठी वापरतात? _

अ] फक्त ड्रिल ऑपरेशन्स.

<u>ब] ड्रिलिंगसाठीकामक्लॅम्पिंग</u>

क] ड्रिलिंग, रीमिंग, टॅपिंग आणि इतर ऑपरेशन्स

ड] केवळ साधनांचे मार्गदर्शन करणे

176] खालीलपैकी कोणत्या जिगमध्ये ड्रिल प्लेट असते, जे ड्रिल करण्याच्या घटकावर असते? . . . .

अ] घन जिग.

<u>ब] प्लेटजिग.</u>

क] बॉक्स जिग

ड] ट्रूनिअन जिग

177] जिग हे उपकरण आहे जे -----------

अ] कामाचा भाग शोधतो.

ब] वर्क पीस आणि गाईड टूलला धरून सपोर्ट करते

क] कटिंग टूलचे मार्गदर्शन करते

<u>डी] कटिंगटूलधरा.</u>

178] ड्रिल जिग .... साठी वापरतात.

<u>अ] ड्रिलिंग, रीमिंग, टॅपिंगआणिइतरसंबंधितऑपरेशन्स</u>

ब] फक्त ड्रिलिंग ऑपरेशन्स

क] ड्रिलिंग करताना जॉब क्लॅम्पिंग

ड] केवळ साधनाचे मार्गदर्शन करणे

179] फिक्स्चर हे उत्पादन उपकरण आहे जे---------: -----

अ] वर्क पीस धरतो '

ब] कामाचा भाग शोधा

<u>C]कामाचातुकडाधरतोआणिशोधतो</u>

D] कामाचा तुकडा धरत नाही किंवा शोधित नाही

180] बॉक्स जिगचा उद्देश आहे

अ] नोकरी धरा आणि अंतर्गत धागे तयार करण्यासाठी साधनाचे मार्गदर्शन करा

ब] अनेककलतेछिद्रेनिर्माणकरणे

क] अनेक सरळ छिद्रे निर्माण करणे

D] यापैकी काहीही नाही

181] जिग आणि फिक्स्चर -------- आहेत.

अ] मशीनिंग टूल्स

ब] अचूकसाधने

क] दोन्ही (अ] आणि (ब]

ड] यापैकी नाही

182] 'फिक्श्चरच्या तुलनेत जिग वजनाच्या बाबतीत किती आहेत?

अ] जिग्सफिक्स्चरपेक्षाहलकेअसतात

ब] जिग्स फिक्स्चरपेक्षा जड असतात

C] जिग्स समान ऑपरेशनसाठी फिक्स्चरच्या वजनात समान असतात

ड] यापैकी नाही

183] मशिनिंग पार्ट्ससाठी कोणते फिक्स्चर वापरले जातात ज्यांचे तपशील समान अंतरावर असतात?

अ] प्रोफाइल फिक्स्चर

ब] डुप्लेक्स फिक्स्चर

क] अनुक्रमणिकाफिक्स्चर

ड] यापैकी नाही

184] जीएल पाईप्स बाहेरून दिले जातात

अ] कोणतेही धागे नाहीत

ब] समांतर धागे

क] टॅपर्ड धागे

D] समांतर किंवा टॅपर्ड धागे नाहीत.

thread2   screw threads

धागा

185] पाईप असेंब्लीमध्ये, भांग पॅकिंग वापरले जाते

अ] सुलभ प्रतिबद्धतेसाठी

ब] धाग्यांमधील अंतर भरण्यासाठी

क] गळती टाळण्यासाठी

ड] घट्ट फिटिंग मिळवण्यासाठी.

186]सीलिंग कंपाऊंड पाईप थ्रेड्सवर लागू केले जाईल

अ] भांग पॅकिंग करण्यापूर्वी

ब] भांग पॅकिंग नंतर

सी] तात्पुरते पॅकिंग करण्यापूर्वी आणि नंतर

D] वरीलपैकी काहीही नाही.

187] चिन्हांकित टाळण्यासाठी तयार ट्यूबलर रेंच पृष्ठभागांवर वापरले जाते.

एक स्टिलसन पाईप

ब] चेन रिंच

क] पट्टा पाना

ड] फूटप्रिंट रेंच

188] बंदिस्त ठिकाणी पाईप्स आणि गोलाकार साठा पकडण्यासाठी आणि फिरवण्यासाठी वापरला जातो.

अ] स्टिलसन पाईप

ब] चेन रिंच

क] पट्टा रेंच

ड] फूटप्रिंट रेंच

189] iarge व्यासाचे पाईप्स ठेवण्यासाठी वापरले जाते.

अ] स्टिलसन पाईप

ब] चेन रिंच

क] पट्टा पाना

ड] फूटप्रिंट रेंच

190] पाईप, नळ्या आणि सिलेंडरिक रॉड पकडण्यासाठी आणि वळवण्यासाठी वापरला जातो.

अ] स्टिलसन पाईप

ब] चेन रिंच

क] पट्टा पाना

ड] फूटप्रिंट रेंच

191] दोरी लहान पाईप किंवा रिमला सुरक्षित करते.

अ] स्लिप गाठ

ब] बॉललाइन गाठ

क] चौकोनी गाठ

ड] मेंढीची टांगणीची गाठ .

192] ते दुमडून कोणत्याही ठिकाणी नेले जाऊ शकते. द्रुत रिलीझिंग प्रकार पाईप वाइस प्रमाणेच.

एक पोर्टेबल फोल्डिंग पाईप वाइस

ब] साखळी पाईप वाइस

क] पाईप वाइस

ड] वरीलपैकी नाही

193] 63 मिमी ते 200 मिमी व्यासापेक्षा जास्त पाईप्स ठेवण्यासाठी वापरला जातो.

अ] पोर्टेबल फोल्डिंग पाईप वाइस

ब] साखळी पाईप वाइस

क] पाईप वाइस

ड] वरीलपैकी नाही

194] पाईप जलद धरण्यासाठी आणि शोधण्यासाठी वापरला जातो. 63 मिमी व्यासापर्यंत पाईप्स ठेवण्यासाठी वापरले जाते.

अ] पोर्टेबल फोल्डिंग पाईप वाइस

ब] साखळी पाईप वाइस

क] पाईप वाइस

ड] वरीलपैकी नाही

195] 90° चे विचलन प्रदान करते

अ] प्लग

ब] कोपर

क] वाकणे

ड] रेड्यूसर 'टी' ब्रॅकझ

196] काटकोनात लांब त्रिज्येसह दिशा बदल प्रदान करते.

अ] प्लग

ब] कोपर

क] वाकणे

ड] रेड्यूसर 'टी' ब्रॅकझ

197] अंतर्गत धागा असलेली ओळ बंद करण्यासाठी वापरली जाते.

अ] प्लग

ब] कोपर

क] वाकणे

ड] रेड्यूसर 'टी' ब्रॅकझ

198] '45° चे विचलन प्रदान करते

अ] वाकणे

ब] रेड्युसर 'टी' ब्रँकझ

क] <u>कोपर</u>

ड] टी तुकडा

199] धावण्यासाठी काटकोनात आउटलेट प्रदान करते.

अ] वाकणे

ब] रेड्युसर 'टी' ब्रँकझ

क] कोपर

ड] <u>टी तुकडा</u>

200] पाईप व्यासामध्ये बदल आवश्यक असल्यास वापरला जातो.

अ] वाकणे

ब] <u>रेड्युसर 'टी' ब्रँकझ</u>

क] कोपर

ड] टी तुकडा

201] माजी व्यक्तीची निवड यावर अवलंबून असते

अ] <u>पाईपचा बाहेरील व्यास</u>

ब] पाईपची भिंत जाडी

क] पाईपचा बोर व्यास

ड] वरील सर्व.

202] वाकण्यासाठी शाखा प्रकारच्या हाताने चालणारे पाईप बेंडिंग मशीन वापरले जाते

अ] पीव्हीसीपाईप्स

ब] ऑनइयुट पाईप्स

C] <u>GIpipes</u>

ड] तांबे पाईप्स.

203] हायड्रोलिक पाईप बेंडिंग मशीनचे आतील फॉर्मर्स व्यासापर्यंत पाईप्स वाकवू शकतात.

अ] 40 मि.मी

ब] 100 मि.मी

क] 20 मि.मी

ड] <u>75 मिमी</u>

204] पाईप थ्रेडचा समाविष्ट कोन आहे

अ] ६०°

ब] ४७°

C] <u>55°</u>

ड] ४५°

205] Glpipes मानक लांबी मध्ये उपलब्ध आहेत

अ] 5 मीटर

ब] १८"

क] <u>6 मीटर</u>

ड] 16 फूट.

206] मानक पाईप फिटिंगमध्ये थ्रेड्ससह प्रदान केले जाते

अ] बी.ए

ब] बीएसडब्ल्यू

क] <u>बसपा</u>

ड] मेट्रिक.

207] Glpipes वरील बाह्य धागे सहज बाहेर पडतात

A] टॅप सेटद्वारे

<u>ब] मरतो आणि साठा मरतो</u>

क] केंद्र lathes

ड] थ्रेड रोलर्स.

घट्ट बंद असतानाही नळातून वाहणारे पाणी .

अ] स्पिंडल वाकलेला.

ब] <u>दोषपूर्ण वॉशर.</u>

क] स्पिंडलवरील व्हॉल्व्ह सैल.

ड] स्पिंडल धागा जीर्ण झालेला.

209] चालू आणि बंद करण्यासाठी जोरदार टॅप करा.

अ] <u>स्पिंडल वाकलेला.</u>

ब] दोषपूर्ण वॉशर.

क] स्पिंडलवरील व्हॉल्व्ह सैल.

ड] स्पिंडल धागा जीर्ण झालेला.

210] टॅप चालू केल्यावर मोठा आवाज.

अ] स्पिंडल वाकलेला.

ब] दोषपूर्ण वॉशर.

क] <u>स्पिंडलवरील व्हॉल्व्ह सैल .</u>

ड] स्पिंडल धागा जीर्ण झालेला.

211] जीएल पाईप्स बाहेरून दिले जातात

अ] कोणतेही धागे नाहीत

ब] <u>समांतर धागे</u>

क] टॅपर्ड धागे

D] समांतर किंवा टॅपर्ड धागे नाहीत.

212] पाईप असेंबलीमध्ये, भांग पॅकिंग वापरले जाते

अ] सुलभ प्रतिबद्धतेसाठी

ब] धाग्यांमधील अंतर भरण्यासाठी

क] <u>गळती टाळण्यासाठी</u>

ड] घट्ट फिटिंग मिळवण्यासाठी.

213] पाईप थ्रेड्सवर सीलिंग कंपाऊंड लागू केले जावे

अ] भांग पॅकिंग करण्यापूर्वी

ब] <u>भांग पॅकिंग नंतर</u>

सी] तात्पुरते पॅकिंग करण्यापूर्वी आणि नंतर

D] वरीलपैकी काहीही नाही.

214] "क्लास बी" आग विझवण्यासाठी अग्निशामक यंत्राचे प्रकार .... वापरले जातात.

अ] <u>कोरडीशक्ती</u>

ब] कार्बन डायऑक्साइड

क] पाण्याचा जेट

ड] फोम प्रकार

fire extinguisher

1   Fire Extingusher

अग्नीरोधक

215] सामान्य आग विझवण्यासाठी कोणत्या प्रकारचे अग्निशामक यंत्र वापरले जाते?

अ] <u>पाण्याचेप्रकारविझविण्याचेयंत्र</u>

B] फोम प्रकार एक्टिंग्विशर

क] कोरडी रासायनिक पावडर एक्टिंग्विशर

D] कार्बन डायऑक्साइड (C02] एक्टिंग्विशर

216] lt ही मेटल प्लेटिंगची उलट प्रक्रिया आहे.

अ] इलेक्ट्रो~डिस्चार्ज मशीनिंग

ब] <u>इलेक्ट्रोकेमिकल मशीनिंग</u>

C] प्रचंड कंपनसंख्या असलेल्या (ध्वनिलहरी] मशीनिंग

ड] वायर कट EDM

217] lt चा वापर बारीक बारीक इलेक्ट्रोड आणि वर्क पीस दरम्यान विकसित स्पार्क वापरून अरुंद स्लॉट आणि तपशीलवार अंतर्गत वैशिष्ट्ये तयार करण्यासाठी केला जातो.

अ] इलेक्ट्रो~डिस्चार्ज मशीनिंग

ब] इलेक्ट्रोकेमिकल मशीनिंग

C] प्रचंड कंपनसंख्या असलेल्या (ध्वनिलहरी] मशीनिंग

ड] <u>वायर कट EDM</u>

218] पीस पॉइंटच्या आकारात धातू किंवा कार्बनपासून बनवलेले इलेक्ट्रोड वापरले जातात.

अ] <u>इलेक्ट्रो~डिस्चार्ज मशीनिंग</u>

ब] इलेक्ट्रोकेमिकल मशीनिंग

C] प्रचंड कंपनसंख्या असलेल्या (ध्वनिलहरी] मशीनिंग

ड] वायर कट EDM

219] कामाच्या तुकड्यावर अपघर्षक कणांना चालना देण्यासाठी उच्च वारंवारता ध्वनीचा वापर केला जातो.

अ] इलेक्ट्रो~डिस्चार्ज मशीनिंग

ब] इलेक्ट्रोकेमिकल मशीनिंग

C] <u>प्रचंड कंपनसंख्या असलेल्या (ध्वनिलहरी] मशीनिंग</u>

ड] वायर कट EDM

220] तुकड्याच्या भागाच्या आकारात बनवलेले इलेक्ट्रोड वापरून कोणतीही चिप तयार न करता कोणताही गुंतागुंतीचा आकार बनवता येतो.

अ] <u>इलेक्ट्रो~डिस्चार्ज मशीनिंग</u>

ब] इलेक्ट्रोकेमिकल मशीनिंग

C] प्रचंड कंपनसंख्या असलेल्या (ध्वनिलहरी] मशीनिंग

ड] वायर कट EDM

221] खूप कमी टॉर्क प्रसारित करण्यासाठी.

अ] पंखाची कळ

ब] गिब हेड की

क] वुड्रफ की

ड] <u>खोगीर की</u>

222] कीचे प्रोफाइल शाफ्ट कमकुवत करते.

अ] पंखाची कळ

ब] गिब हेड की

क] <u>वुड्रफ की</u>

ड] खोगीर की

223] दिशाहीन टॉर्क प्रसारित करण्यासाठी.

अ] <u>पंखाची कळ</u>

ब] गिब हेड की

क] वुड्रफ की

ड] खोगीर की

224] जड टॉर्क प्रसारित करण्यासाठी.

अ] पंखाची कळ

ब] <u>गिब हेड की</u>

क] वुड्रफ की

ड] खोगीर की

रोटेशनच्या दोन्ही दिशांमध्ये आघात प्रकाराचा अतिशय उच्च टॉर्क प्रसारित करण्यासाठी .

अ] गिब हेड की

ब] वुड्रफ की

क] खोगीर की

ड] <u>स्पर्शिक की</u>

226] शाफ्टवरील चटईचा भाग सरकता किंवा अक्षीय हालचाली करण्यास परवानगी देते.

अ] <u>पंखाची कळ</u>

ब] गिब हेड की

क] वुड्रफ की

ड] खोगीर की

227] सहज काढता येते.

अ] पंखाची कळ

ब] <u>गिब हेड की</u>

क] वुड्रफ की

ड] खोगीर की

228] बेअरिंग अस्तर साठी साहित्य.

अ] इयुरल्युमिन

ब] पितळ

क] कांस्य

ड] <u>बॅबिट</u>

229] विमानातील तणावग्रस्त घटकांसाठी साहित्य.

अ] <u>इयुरल्युमिन</u>

ब] पितळ

क] कांस्य

ड] बॅबिट

230] कार रेडिएटर कोरसाठी साहित्य.

अ] इयुरल्युमिन

ब] <u>पितळ</u>

क] कांस्य

ड] बॅबिट

231] ब्रेझिंग रॉडसाठी साहित्य.

अ] इयुरल्युमिन

ब] पितळ

क] <u>कांस्य</u>

ड] बॅबिट

232] गंभीर खोल रेखांकनासाठी.

अ] तांबे

ब] मुंट्झ धातू

क] <u>काडतूस पितळ</u>

ड] शिसे

233] गरम मुद्रांकनासाठी उपयुक्त.

अ] तांबे

ब] <u>मुंट्झ धातू</u>

क] काडतूस पितळ

ड] शिसे

234] छतावरील पत्र्यांवर कोटिंगसाठी.

अ] काडतूस पितळ

ब] शिसे

क] कास्ट फॉस्फोरब्रॉन्झ

ड] <u>जस्त</u>

235] अन्न 1 कंटेनर मध्ये लेप साठी.

अ] शिसे

ब] कास्ट फॉस्फोरब्रॉन्झ

क] जस्त

ड] कथील

236] प्राइमर पेंट तयार करण्यासाठी .

अ] तांबे

ब] मुंट्झ धातू

क] काडतूस पितळ

ड] शिसे

237] खाऱ्या पाण्याच्या गंजापासून संरक्षणासाठी.

अ] काडतूस पितळ

ब] शिसे

क] कास्ट फॉस्फोरब्रॉन्झ

ड] जस्त

238] पट्ट्यामध्ये कमी ताण असल्यास

अ] पट्टा घसरतो.

ब] पट्टा खराब होतो.

क] बेल्ट चाबूक.

D] बेल्ट squeals.

239] जर पट्ट्यामध्ये चुकीचे संरेखन

अ] पट्टा घसरतो.

ब] पट्टा खराब झाला आहे .

क] बेल्ट चाबूक.

ड] बेल्ट squeals.

240] पट्ट्यावर पल्सींग लोड असल्यास

अ] पट्टा घसरतो.

ब] पट्टा खराब होतो.

क] बेल्ट चाबूक .

ड] बेल्ट squeals.

241] जर पुलीवर जास्त टॉर्क सुरू होतो

अ] पट्टा घसरतो.

ब] पट्टा खराब होतो.

क] बेल्ट चाबूक.

D] बेल्ट squeals.

242] बेल्ट वर शॉक load तर

अ] पट्टा घसरतो.

ब] पट्टा खराब झाला आहे.

क] बेल्ट चाबूक.

ड] बेल्ट squeals.

243] पुलीमधील मध्यभागी अंतर जास्त असल्यास.

अ] पट्टा घसरतो.

ब] पट्टा खराब होतो.

C] बेल्ट चाबूक.

ड] बेल्ट squeals.

244] हे मोठ्या कोनातून पॉवरचे सकारात्मक प्रसारण करण्यास अनुमती देते.

अ] स्लिप प्रकार कपलिंग

ब] प्लेट कपलिंग

क] क्लॅम्प कपलिंग

ड] सार्वत्रिक युग्मन

245] हे आपोआप बंद होते जेव्हा. टॉर्क स्प्रिंग आणि जबड्याद्वारे निर्माण होणाऱ्या घर्षणापेक्षा जास्त असतो.

अ] स्लिप प्रकार कपलिंग

ब]] प्लेट कपलिंग

क] क्लॅम्प कपलिंग

ड] सार्वत्रिक युग्मन

246] हे फक्त तेव्हाच वापरले जाऊ शकते जेव्हा शाफ्ट परिपूर्ण संरेखनमध्ये असतात.

अ] स्लिप प्रकार कपलिंग

ब] प्लेट कपलिंग

क] क्लॅम्प कपलिंग

ड] सार्वत्रिक युग्मन

247] हे शाफ्टच्या कोणत्याही अक्षीय हालचालींना परवानगी देत नाही.

अ] स्लिप प्रकार कपलिंग

ब] प्लेट कपलिंग

क] क्लॅम्प कपलिंग

ड] सार्वत्रिक युग्मन

248] हे ऑटोमोबाईल वाहनांमध्ये वापरले जाते.

अ] स्लिप प्रकार कपलिंग

ब] प्लेट कपलिंग

क] क्लॅम्प कपलिंग

ड] सार्वत्रिक युग्मन

249] ------------ व्ही बेल्ट्सने चालवलेल्या पुलीवर चर सामान्यतः आढळतात

अ] 'व्ही' आकाराचा

B] Slotted आकार.

क] चौकोनी आकाराचा

ड] गोल आकाराचा

250] हुल गियर व्हील चालवले जाते

अ] शाफ्टद्वारे

ब] पिनियन द्वारे

सी] स्लाइडिंग ब्लॉकद्वारे.

ड] वरीलपैकी नाही

251] रोटरी मोशन द्वारे परस्पर गतीमध्ये रूपांतरित होते

अ] रॉकर आर्म आणि बैल गियर

ब] रॅक आणि पिनियन

क] जंत आणि जंत गियर

ड] वरीलपैकी नाही

252] बैल गियर व्हीलच्या एका संपूर्ण क्रांतीमध्ये मेंढा मिळतो

अ] एक उलटा झटका

ब] एक फॉरवर्ड आणि एक रिव्हर्स स्ट्रोक

क] एक फॉरवर्ड स्ट्रोक.

ड] वरीलपैकी नाही

253] रिटर्न स्ट्रोक लागतो

अ] फॉरवर्ड स्ट्रोकपेक्षा कमी वेळ

ब] फॉरवर्ड स्ट्रोकपेक्षा जास्त वेळ

क] फॉरवर्ड स्ट्रोक प्रमाणे समान वेळ.

ड] वरीलपैकी नाही

254] स्नेहक .... आवश्यक आहे.

अ] कमीतकमीभारघेऊनमशीनसुरळीतचालवा

ब] यंत्र लवकर चालवा

क] मशीन ताबडतोब थांबवा

ड] अधिक अचूकतेचा कार्य भाग तयार करा

255] एक्स्ट्रीम प्रेशर ॲडिटीव्ह (EPA) ची शक्ती सुधारण्यासाठी कटिंग फ्लुइडमध्ये मिसळले जाते.

अ] थंड करणे

ब] स्नेहन

ड] मशीन केलेल्या पृष्ठभागाचे उत्पादन

क] कटिंग झोनची स्वच्छता

256] मशीन टूल्समध्ये वंगण वापरण्याचा मुख्य उद्देश ------ आहे.

अ] बनवण्याचे भाग थंड करा

ब] मशीन टूल गरम होण्यापासून प्रतिबंधित करा

C] जवळच्या संपर्कासाठी बनवण्याचे भाग ओले करा

ड] बनवणाऱ्याभागांमधीलघर्षणकमीकरा

257] प्रतिबंधात्मक देखभाल .... आहे.

अ] देखभालीमध्ये संवेदनशील उपकरणे वापरणे समाविष्ट असते

ब] देखभाल साधारणपणे ऑपरेटर स्वतः करतो

C] मशीन खराब झाल्यावरच काम चालते

ड] अनपेक्षितब्रेकडाउनकमीकरण्यासाठीयोजना

258] ब्रेक डाउन मेंटेनन्स म्हणजे काय?

अ] अनपेक्षित ब्रेकडाउन कमी करण्यासाठी देखभाल

ब] देखभाल साधारणपणे ऑपरेटर स्वतः करतो

क] देखभालीमध्ये जीर्ण झालेले भाग बदलणे समाविष्ट आहे

ड] दुरूस्तीचेकामफक्तमशीनमध्येबिघाडझाल्यावरचचालते

259] नियमित देखभाल --------- आहे

अ] अनपेक्षित ब्रेकडाउन कमी करण्यासाठी नियोजित देखभाल केली जाते

ब] या प्रकारच्या देखभालीमध्ये संवेदनशील उपकरणाचा वापर समाविष्ट असतो

C] हे दुरूस्तीचे काम फक्त मशीनमध्ये बिघाड झाल्यावरच केले जाते

ड] याप्रकारचीदेखभालसामान्यतःऑपरेटरस्वतःकरतो

260] खालीलपैकी कोणता वायवीय प्रणालीचा फायदा आहे?

अ] कमीकिमतीच्यामांडणीसाठी

ब] उत्पादनाचा दर वाढवण्यासाठी

C] कामाच्या चांगल्या वातावरणासाठी

261] ग्राइंडिंग मशीनमध्ये वापरल्या जाणाऱ्या हायड्रोलिक द्रवपदार्थाचा गुणधर्म कोणता नाही?

अ] ते हवा नियंत्रित किंवा शोषू नये

ब] त्यामुळे हलणाऱ्या भागांना गंज येऊ नये

क] पुरेशी स्निग्धता असावी

डी] ऑपरेटिंगतापमानातत्याचीवाफहोणेआवश्यकआहे

262] अंतर भरणे» मशीनच्या तळाशी आणि मजल्याच्या वरच्या बाजूस किंवा फाउंडेशन ब्लॉकच्या दरम्यान असावे.

अ] लाकडी रूपे

ब] फाउंडेशन बोल्ट

क] ग्राउटिंग

ड] साचा

263] काँक्रीट ओतल्यावर कोणतीही हालचाल टाळण्यासाठी वापरले जाते.

अ] लाकडी रूपे

ब] फाउंडेशन बोल्ट

क] ग्राउटिंग

ड] साचा

264] मशीनला हलवण्यापासून रोखण्यासाठी पायावर घट्ट धरून ठेवण्यासाठी वापरले जाते.

अ] लाकडी रूपे

ब] फाउंडेशन बोल्ट

क] ग्राउटिंग

ड] साचा

265] लाकडी नमुने जे मशीनच्या पायाचे प्रतिनिधित्व करतात आणि उत्खननात बोल्टला आधार देतात.

अ] लाकडी रूपे

ब] फाउंडेशन बोल्ट

क] ग्राउटिंग

ड] साचा

266] हे उत्खननात ठेवल्यानंतर काँक्रीटचा दाब सहन करण्यासाठी बाहेरून घट्ट बांधलेले असते.

अ] लाकडी रूपे

ब] फाउंडेशन बोल्ट

क] ग्राउटिंग

ड] साचा

267] मशीनची पातळी तपासण्यासाठी वापरली जाते

अ] कावळा

ब] <u>आत्म्याचा स्तर</u>

क] लेव्हलिंग जॉक

ड] पाचर

268] लेव्हलिंगसाठी मशीन बेस आणि फ्लोअर मधील अंतर मध्ये चालविले.

अ] कावळा

ब] आत्म्याचा स्तर

क] लेव्हलिंग जॉक

ड] <u>पाचर</u>

269] मशीन उचलण्यासाठी वापरले जाते.

अ] <u>कावळा</u>

ब] आत्म्याची पातळी

क] लेव्हलिंग जॉक

ड] पाचर

270] अँटी-व्हायब्रेशन पॅड वापरून हे कमी केले जाते.

अ] आत्म्याचा स्तर

ब] लेव्हलिंग जॉक

क] पाचर

ड] <u>कंपन</u>

271] नियतकालिक री-लेव्हलिंग त्वरीत करता येते याचा वापर केला जातो.

अ] कावळा

ब] आत्म्याचा स्तर

क] <u>लेव्हलिंग जॉक</u>

ड] पाचर

183] सर्वाधिक हायड्रॉलिक सर्किट्स:

अ] <u>केंद्रीयहायड्रॉलिकपॉवरयुनिटमधूनऑपरेटकरा</u>

b] एअर-ओव्हर-ऑइल पॉवर युनिट्स वापरा

c] एक समर्पित पॉवर युनिट ठेवा

d] समर्पित पॉवर युनिट नाही

184] हायड्रॉलिक आणि वायवीय सर्किट:

अ] सर्व फंक्शन्ससाठी त्याच प्रकारे करा

b] सर्व फंक्शन्ससाठी वेगळ्या पद्धतीने करा

c] <u>काहीअपवादांसहतेचकरा</u>

ड] सर्व कार्ये करत नाही

185] वायवीय सर्किटमधील वंगण हे आहे:

अ] ओळीतील पहिला घटक

b] ओळीतील दुसरा घटक

c] <u>ओळीतीलशेवटचाघटक</u>

ड] ओळीतील तिसरा घटक

186] हायड्रॉलिक सिस्टिमच्या पहिल्या किमतीची तुलना वायवीय प्रणालींशी करताना, सामान्यतः ते आहेतः

अ] खरेदी करणे अधिक महाग

b] <u>खरेदीसाठीकमीखर्चिक</u>

c] किंमत समान आहे

ड] खर्च आवश्यक नाही

187] हायड्रोलिक सिस्टीमच्या ऑपरेटिंग खर्चाची तुलना वायवीय प्रणालींशी करताना, सामान्यतः ते आहेत.

अ] ऑपरेट करणे अधिक महाग

b] <u>ऑपरेटकरण्यासाठीकमीखर्चिक</u>

c] ऑपरेट करण्यासाठी खर्च समान आहे

ड] खर्च आवश्यक नाही

188] सर्वात सामान्य हायड्रॉलिक द्रव आहेः

अ] खनिज तेल

b] सिंथेटिक द्रव

c] <u>पाणी</u>

ड] जेल

189] हायड्रॉलिक पॉवर सिस्टममध्ये कोणता द्रव वापरला जातो?

a] पाणी

b] तेल

c] संकुचित न करता येणारा द्रव

d] <u>वरीलसर्व</u>

190] 1 बारचा दाब समान आहे

a] <u>14] 5 psi</u>

b] 145 psi

c] 12] 5 psi

d] 145 x 10-6 psi

191] ओव्हरलोडिंगचा द्रव शक्ती आणि विद्युत प्रणालींवर काय परिणाम होतो?

a] इलेक्ट्रिकल सिस्टममध्ये इलेक्ट्रिकल घटक खराब होतात

b] द्रव उर्जा प्रणाली घटकांना इजा न करता काम करणे थांबवते

क] <u>अ] आणिब] दोन्ही</u>

d] वरीलपैकी काहीही नाही

192] फ्लुइड पॉवर सिस्टीममध्ये शक्ती कशी प्रसारित केली जाते?

a] शक्तीत्वरितप्रसारितकेलीजाते

b] शक्ती हळूहळू प्रसारित केली जाते

क] अ] आणि ब] दोन्ही

d] वरीलपैकी काहीही नाही

193] सामान्यतः द्रव न संकुचित करता येण्याजोगे असतात परंतु जेव्हा 70 बारचा मोठा दाब लावला जातो, तेव्हा पेट्रोलियम तेल दाबले जाऊ शकते.

a] 0]त्याच्यामूळखंडाच्या 5%

b] त्याच्या मूळ खंडाच्या 1%

c] त्याच्या मूळ खंडाच्या 5%

d] वरीलपैकी काहीही नाही

194] पिस्टनच्या आत द्रवपदार्थाच्या प्रवाहाला दिलेला प्रतिकार विकसित होतो

a] दबाव

b] बल

c] ताण

d] वरील सर्व

195] कमी दाबावर, द्रव असतात

a] दाबण्यायोग्य

b] संकुचितनकरतायेणारा

c] अप्रत्याशित

196] हायड्रॉलिक प्रणालींमध्ये,

a] यांत्रिकऊर्जातेलातहस्तांतरितकेलीजातेआणिनंतरयांत्रिकउर्जेमध्येरूपांतरितहोते

b] विद्युत ऊर्जा तेलात हस्तांतरित केली जाते आणि नंतर यांत्रिक उर्जेमध्ये रूपांतरित होते

c] यांत्रिक ऊर्जा तेलात हस्तांतरित केली जाते आणि विद्युत उर्जेमध्ये रूपांतरित होते

d] वरीलपैकी काहीही नाही

197] हायड्रोलिक पॉवर युनिटमध्ये खालीलपैकी कोणता घटक घटक म्हणून वापरला जातो?

a] दाब मापक

b] फिलर गेज

c] झडपा

ड] जलाशय

198] हायड्रॉलिक पॉवर युनिटमध्ये रोटरी गती वापरून साध्य केली जाते

a] हायड्रॉलिक सिलेंडर

b] वायवीय सिलेंडर

c] दोन्ही हायड्रॉलिक आणि वायवीय सिलेंडर

d] <u>वरीलपैकीकाहीहीनाही</u>

199] स्थिर विस्थापन वेन पंपचा वेग आणि प्रवाह दर यांचा काय संबंध आहे?

a] <u>रोटरचावेगवाढल्यानेप्रवाहदरवाढतो</u>

b] रोटरचा वेग वाढल्याने प्रवाह दर कमी होतो

c] प्रवाह दर स्थिर असतो आणि वेगातील बदलाने बदलत नाही

d] वरीलपैकी काहीही नाही

200] स्थिर विस्थापन व्हेन पंपमध्ये,

a] <u>कामकाजाचादाबवाढल्यानेप्रवाहदरकमीहोतो</u>

b] कामकाजाचा दाब वाढल्याने प्रवाह दर वाढतो

c] प्रवाह दर स्थिर असतो आणि कामकाजाच्या दाबाने बदलत नाही

d] वरीलपैकी काहीही नाही

201] कोणत्या प्रकारची गती हायड्रॉलिक ॲक्ट्युएटरद्वारे प्रसारित केली जाते?

a] रेखीय गती

b] रोटरी गती

c] <u>a]आणि b </u>] दोन्ही

d] वरीलपैकी काहीही नाही

202] इलेक्ट्रिक ॲक्ट्युएटरचे कार्य काय आहे?

a] <u>विद्युतउर्जेचेयांत्रिकटॉर्कमध्येरूपांतरकरते</u>

b] यांत्रिक टॉर्कचे विद्युत उर्जेमध्ये रूपांतर करते

c] यांत्रिक ऊर्जा यांत्रिक टॉर्कमध्ये रूपांतरित करते

d] वरीलपैकी काहीही नाही

203] खालीलपैकी कोणता हायड्रॉलिक सिलिंडर बांधकामावर आधारित आहे?

a] सिंगल एक्टिंग सिलेंडर

b] दुहेरी अभिनय सिलेंडर

c] <u>वेल्डेडडिझाइनसिलेंडर</u>

d] वरील सर्व

204] हायड्रॉलिक सिलेंडर्सद्वारे कोणत्या ऊर्जेचे यांत्रिक उर्जेमध्ये रूपांतर होते?

a] <u>हायड्रोस्टॅटिकऊर्जा</u>

b] हायड्रोडायनामिक ऊर्जा

c] विद्युत ऊर्जा

d] वरीलपैकी काहीही नाही

205] सिंगल ऑक्टिंग सिलिंडर वापरण्याचा फायदा काय?

अ] उच्च किंमत आणि विश्वासार्ह

b] पंपाच्या आतील पृष्ठभागावर honing आवश्यक नाही

c] पिस्टनसीलआवश्यकनाहीत

d] वरील सर्व

206] फ्लो कंट्रोल व्हॉल्व्हचे कार्य काय आहे?

a] प्रवाह नियंत्रण झडप तेलाच्या प्रवाहाची दिशा बदलते

b] प्रवाहनियंत्रणझडपहायड्रॉलिकतेलाचाप्रवाहदरसमायोजितकरूशकतो

क] अ] आणि ब] दोन्ही

d] वरीलपैकी काहीही नाही

207] 4/2 वाल्व्हमधील संख्यांचा अर्थ काय आहे?

a] 4 पदे आणि 2 मार्ग

b] 4 मार्गआणि 2 पदे

c] वरीलपैकी काहीही नाही

d] 3 मार्ग 2 पदे

208] कोणत्या प्रकारच्या सोलेनॉइडमध्ये कॉइल फेल होण्याची अधिक शक्यता असते?

a] AC solenoid

b] DC solenoid

c] AC आणि DC दोन्ही सोलेनोइड्स

d] वरीलपैकी काहीही नाही

209] दोन टप्प्यातील दिशा नियंत्रण वाल्वमधील कोणत्या टप्प्यावर सोलनॉइड चालवले जाते?

a] मुख्य स्टेज दिशा नियंत्रण वाल्व

b] पायलटस्टेजदिशानियंत्रणवाल्व

c] दोन टप्प्यातील दिशा नियंत्रणातील दोन्ही टप्पे सोलनॉइडद्वारे चालवले जातात

d] वरीलपैकी काहीही नाही

210] खालीलपैकी कोणता गॅस चार्ज केलेला संचयक आहे?

a] मूत्राशयप्रकार

b] स्प्रिंग लोडेड संचयक

c] भारित संचयक

d] वरील सर्व

211] भारित संचयकामध्ये पिस्टनखालील द्रवाचा दाब कसा मोजला जातो?

a] द्रवाचादाब = (वजनजोडलेले / पिस्टनक्षेत्र]

b] द्रवाचा दाब = (पिस्टन क्षेत्र / वजन जोडले]

c] द्रवाचा दाब = (वजन जोडलेले / पिस्टन बल]

d] द्रवाचा दाब = (पिस्टन फोर्स / वजन जोडलेले]

212] गॅस चार्ज केलेल्या संचयकामध्ये खालीलपैकी कोणता वायू वापरला जातो?

a] ऑक्सिजन

b] <u>नायट्रोजन</u>

c] कार्बन डायऑक्साइड

d] वरील सर्व

213] दाब आणि आकारमानात झपाट्याने बदल होण्याचा संबंध adiabatically दिलेला आहे

a] p0 v0 = p1 v1 = p2 v2

b] p0 v0 = p1 v1n = p2 v2n

c] <u>p0 v0n = p1 v1n = p2 v2n</u>

d] वरीलपैकी काहीही नाही

214] क्लॅम्पिंग ऑपरेशनमध्ये पायलट ऑपरेटेड चेक व्हॉल्व्ह का वापरला जातो?

a] स्पूल व्हॉल्व्हमधील गळती कमी करण्यासाठी

b] clamping दरम्यान दबाव कमी टाळण्यासाठी

c] <u>*a]आणि b*</u>] दोन्ही

d] वरीलपैकी काहीही नाही

215] खाली दाखवलेला भाग कोणता भाग दर्शवतो?

अ] रॉड क्षेत्र

b] पूर्ण बोअर क्षेत्र

c] <u>वलयक्षेत्र</u>

d] वरीलपैकी काहीही नाही

216] खालीलपैकी कोणते विधान सत्य आहे?

अ] मीटर-इन फीड सर्किट्समध्ये दोन दिशेने वेग नियंत्रण असते

b] <u>स्टँडर्डब्लॉकफीडसर्किट्समध्येदोनदिशांमध्येवेगनियंत्रणअसते</u>

c] टँक लाइन फीड कंट्रोल सिस्टीममध्ये वेग नियंत्रण फक्त एकाच दिशेने असते

d] वरील सर्व

217] रोटरी चकमधील गळतीची भरपाई द्वारे केली जाऊ शकते

a] प्रवाह नियंत्रण झडप

b] पायलट संचालित चेक वाल्व

c] <u>संचयक</u>

d] वरील सर्व

218] सुरक्षेच्या उद्देशाने सिस्टममधील संचयक अवरोधित करण्यासाठी कोणता वाल्व वापरला जातो?

a] पायलट झडप

b] <u>सुईझडप</u>

c] डिटेंट वाल्व

d] वरील सर्व

219] खालीलपैकी कोणती प्रणाली औद्योगिक वापरामध्ये अधिक ऊर्जा निर्माण करते?

a] <u>हायड्रॉलिकप्रणाली</u>

b] वायवीय प्रणाली

c] दोन्ही प्रणाली समान ऊर्जा निर्माण करतात

ड] सांगू शकत नाही

220] कोणत्या प्रकारच्या कंप्रेसरला संकुचित हवेसाठी जलाशय आवश्यक आहे आणि का?

a] रोटरी कंप्रेसर स्पंदन प्रभाव टाळण्यासाठी

b] <u>पल्सेटिंगप्रभावटाळण्यासाठीपरस्परकंप्रेसर</u>

c] धडधडणारा प्रभाव टाळण्यासाठी रोटरी आणि रेसिप्रोकेटिंग दोन्ही कंप्रेसर

d] वरीलपैकी काहीही नाही

221] कंप्रेसर निवडताना खालीलपैकी कोणते घटक विचारात घेतले जातात?

a] प्रकारचे तेल फिल्टर आवश्यक आहे

b] <u>व्हॉल्यूमेट्रिककार्यक्षमता</u>

c] वापरलेल्या द्रवांची चिकटपणा

d] वरील सर्व

222] हवा निर्मिती प्रणालीमध्ये खालीलपैकी कोणता घटक वापरला जातो?

a] प्रेशर स्विच

b] दाब मापक

c] <u>वाळवणारा</u>

ड] इंटरकूलर

223] दोन स्टेज कॉम्प्रेसरमध्ये इंटरकूलर कुठे जोडला जातो?

a] इंटरकूलर दोन स्टेज कंप्रेसर नंतर जोडलेले आहे

b] <u>इंटरकूलरकंप्रेसरच्यादोनटप्प्यांमध्येजोडलेलेआहे</u>

c] इंटरकूलर दोन स्टेज कॉम्प्रेसरच्या आधी जोडलेले आहे

d] वरीलपैकी काहीही नाही

224] रेग्युलेटर युनिटचे प्रतिनिधित्व करण्यासाठी खालीलपैकी कोणते नोटेशन वापरले जाते?

अ] ३]०

ब] <u>०]३</u>

c] ३

d] वरीलपैकी काहीही नाही

225] खालीलपैकी कोणता लॉजिक व्हॉल्व्ह शटल व्हॉल्व्ह म्हणून ओळखला जातो?

a] किंवागेट

b] आणि गेट

c] ना गेट

ड] नंद

226] वायवीय प्रणालींमध्ये, AND गेट म्हणून देखील ओळखले जाते

a] चेक वाल्व

b] शटल व्हॉल्व्ह

c] दुहेरीदाबझडप

d] वरीलपैकी काहीही नाही

227] प्रेशर सिक्वेन्स व्हॉल्व्ह म्हणजे काय?

a] हेअँडजस्टेबलप्रेशररिलीफव्हॉल्व्हआणिडायरेक्शनलकंट्रोलव्हॉल्व्हयांचेसंयोजनआहे

b] हे नॉन-एडजस्टेबल प्रेशर रिलीफ व्हॉल्व्ह आणि डायरेक्शनल कंट्रोल व्हॉल्व्हचे संयोजन आहे

c] हे समायोज्य दाब कमी करणारे वाल्व आणि चेक व्हॉल्व्ह यांचे संयोजन आहे

d] हे समायोज्य दाब कमी करणारे वाल्व आणि प्रवाह नियंत्रण वाल्व यांचे संयोजन आहे

228] वायवीय प्रणालींमध्ये सिग्नलचे ओव्हरलॅपिंग वापरून टाळले जाऊ शकते

a] रोलिंग लीव्हर वाल्व

b] निष्क्रिय रोलर लीव्हर वाल्व

c] a]आणि b] दोन्ही

d] वरीलपैकी काहीही नाही

229] वायवीय सर्किट काढण्यासाठी वापरल्या जाणाऱ्या कॅस्केड पद्धतीसाठी खालीलपैकी कोणते विधान सत्य आहे?

a] सिग्नल प्रोसेसिंग व्हॉल्व्ह समांतर जोडलेले आहेत

b] जेव्हा सिग्नल प्रोसेसिंग व्हॉल्व्हची संख्या 4 पेक्षा जास्त असते तेव्हा सिग्नल मजबूत असतात

c] कॅस्केडपद्धतखर्चघटकविचारातघेतनाही

d] वरील सर्व

230] 3/2 व्हॉल्व्हच्या खालील आकृतीमध्ये दर्शविलेल्या भागाला काय म्हणतात?

a] स्वहस्ते चालवलेला झडप

b] पायलटसंचालितझडप

c] प्रेशर इलेक्ट्रिक कन्व्हर्टर

d] वरीलपैकी काहीही नाही

231] कोणत्या सिस्टीममध्ये सर्वो व्हॉल्व्हचे स्पूल टॉर्क मोटरद्वारे चालवले जाते?

a] हायड्रोमेकॅनिकल सर्वो सिस्टम

b] <u>इलेक्ट्रोहायड्रॉलिकसर्वोप्रणाली</u>

c] पारंपारिक सर्वो वाल्व

d] वरील सर्व

232] सर्वो व्हॉल्व्ह प्रणालीमध्ये सर्वो म्हणजे काय?

a] त्याला अभिप्राय मिळू शकत नाही परंतु इच्छित आउटपुट मिळू शकतो

b] त्याला अभिप्राय मिळू शकत नाही आणि इच्छित आउटपुट मिळू शकत नाही

c] <u>त्यालाअभिप्रायमिळूशकतोआणिइच्छितआउटपुटमिळूशकतो</u>

d] वरीलपैकी काहीही नाही

233] पारंपारिक व्हॉल्व्हमध्ये स्पूल हलविण्यासाठी कोणता घटक वापरला जातो?

a] टॉर्क मोटर

b] यांत्रिक सर्वो वाल्व

c] <u>solenoid</u>

d] वरील सर्व

234] DC solenoid coils चा फायदा काय आहे?

अ] डीसी सोलेनॉइड कॉइलमध्ये विद्युत प्रवाह जास्त असतो

b] <u>DC सोलनॉइडकॉइल्समध्येविद्युतप्रवाहाचीपातळीस्थिरअसते</u>

c] DC सोलनॉइड कॉइलचे रेटिंग 220 V DC असते

d] वरील सर्व

235] खालीलपैकी कोणते विधान प्रमाणिक झडपासाठी खरे आहे?

a] <u>आनुपातिकवाल्वचास्पूलजास्तीतजास्तलांबीचाप्रवासकरूशकतो</u>

b] आनुपातिक वाल्वमध्ये डिजिटल प्रकारचे कार्य शक्य आहे

c] आनुपातिक व्हॉल्व्हसाठी स्वतंत्र प्रवाह नियंत्रण वाल्व आवश्यक आहे

d] वरील सर्व

236] खालीलपैकी कोणती विधाने असत्य आहेत/आहेत?

a] हवा संकुचित करण्यायोग्य नाही

b] पारंपारिक प्रणालीपेक्षा द्रव उर्जा प्रणालींमध्ये कमी शक्ती विकसित केली जाते

c] लोड हाताळणीच्या उद्देशाने वापरल्या जाणार्‍या यांत्रिक लिंकेजमध्ये उच्च कार्यक्षमता असते

d] <u>वरीलसर्व</u>

237] हायड्रोलिक प्रणाली आहे

a] वायवीय प्रणालीपेक्षा कमी अचूक

b] <u>वायवीयप्रणालीपेक्षाअधिकअचूक</u>

c] हायड्रॉलिक आणि वायवीय दोन्ही प्रणाली अचूकतेच्या आधारावर समान आहेत

d] वरीलपैकी काहीही नाही

238] हायड्रोस्टॅटिक प्रणालीमध्ये शक्ती प्रसारित करण्यासाठी कोणती ऊर्जा वापरली जाते?

a] <u>दाबऊर्जा</u>

b] गतिज ऊर्जा

c] संभाव्य ऊर्जा

d] वरील सर्व

239] शक्ती प्रसारित करण्यासाठी कोणती प्रणाली गतिज ऊर्जा वापरते?

a] हायड्रोस्टॅटिक प्रणाली

b] <u>हायड्रोडायनामिकप्रणाली</u>

c] वायवीय प्रणाली

d] वरीलपैकी काहीही नाही

240] पिस्टन रॉडला लोड जोडलेले नसल्यास, पिस्टन असेंबलीची हालचाल शक्य होते जेव्हा

अ] तेल स्वतःच्या वजनावर मात करते

b] तेल पिस्टन रॉड असेंब्लीमधील घर्षणावर मात करते

क] <u>अ] आणिब] दोन्ही</u>

d] वरीलपैकी काहीही नाही

241] कोणता घटक हायड्रॉलिक सिस्टीममध्ये पिस्टन रॉडचा उच्च वेग मिळविण्यास मदत करतो?

a] घटलेले घर्षण

b] पंप क्षमता

c] वाढलेला प्रवाह दर

d] <u>वरीलसर्व</u>

242] हायड्रॉलिक सिस्टीममधील कोणत्याही ऑपरेशन दरम्यान, तेलाचा मार्ग पसंत करतो

अ] <u>कमीतकमीप्रतिकार</u>

b] कमाल प्रतिकार

क] अ] आणि ब] दोन्ही

d] वरीलपैकी काहीही नाही

243] हायड्रॉलिक सर्किटमध्ये दोन आउटलेट मार्गांसह पंप प्रदान केला जातो, एक जेथे भार जोडलेला असतो आणि दुसरा जलाशयाशी] तेल प्रथम प्रवाहासाठी कोणता मार्ग निवडेल?

a] भार जोडलेल्या मार्गावर तेल वाहून जाईल

b] तेलप्रथमजलाशयातपरतजाईल

c] दोन्ही मार्गातून एकाच वेळी तेल वाहू लागेल

d] वरीलपैकी काहीही नाही

244] हायड्रॉलिक पॉवर युनिटमध्ये खालीलपैकी कोणता ऍक्सेसरी म्हणून वापरला जातो?

a] पंप

b] झडपा

c] मोटर

ड] जलाशय

245] जमिनीच्या पृष्ठभागावरून इमारतीच्या वरच्या भागापर्यंत पाणी उचलण्यासाठी कोणत्या प्रकारचा पंप वापरला जातो?

a] केंद्रापसारक पंप

b] टर्बाइन पंप

c] सबमर्सिबल पंप

d] वरीलसर्व

246] हायड्रॉलिक ऍप्लिकेशन्समध्ये वापरलेले पंप आहेत

a] सकारात्मक विस्थापन पंप

b] परिवर्तनीय विस्थापन पंप

c] स्थिर विस्थापन पंप

d] वरीलसर्व

247] सकारात्मक विस्थापन पंप म्हणजे काय?

a] पंपाच्या सक्शन बाजूचे तेल पूर्णपणे डिलिव्हरीच्या बाजूने वाहते

b] डिस्चार्ज केलेले द्रवपदार्थ पंपच्या सक्शन बाजूकडे परत येऊ शकत नाही

c] प्रत्येक चक्रात द्रवपदार्थाची निश्चित मात्रा सोडते

d] वरीलसर्व

248] सकारात्मक विस्थापन पंप चालवताना,

a] शट-ऑफ वाल्व्ह डिलिव्हरीच्या बाजूने बंद केले पाहिजे

b] शट-ऑफ व्हॉल्व्ह सक्शन बाजूने बंद केले पाहिजे

c] शट-ऑफव्हॉल्व्हडिलिव्हरीच्याबाजूनेउघडलेपाहिजे

d] वरीलपैकी काहीही नाही

249] रेडियल पिस्टन पंपांच्या इनपुट पॉवरवर कार्यरत दाबाचा काय परिणाम होतो?

a] कामाचा दबाव वाढल्याने इनपुट पॉवर कमी होते

b] कामाचादाबवाढल्यानेइनपुटपॉवरवाढते

c] वेगवेगळ्या इनपुट पॉवरसाठी दबाव स्थिर राहतो

d] वरीलपैकी काहीही नाही

250] रेडियल पिस्टन पंपमध्ये असू शकते,

a] सिलेंडर ब्लॉक फिरणारा आणि कॅम स्थिर

b] सिलेंडर ब्लॉक स्थिर आणि कॅम फिरत आहे

क] अ] आणिब] दोन्ही

d] वरीलपैकी काहीही नाही

251] हायड्रोलिक सिलेंडर्सचे उशी का असतात?

a] उशीमुळे सिलेंडरचा पिस्टन कमी होतो

b] ताण आणि कंपने कमी करता येतात

क] अ] आणिब] दोन्ही

d] वरीलपैकी काहीही नाही

252] खालीलपैकी कोणते विधान सत्य आहे?

a] टाय-रॉड सिलिंडरचा वापर ७० बारच्या कामाचा दाब असलेल्या ॲप्लिकेशन्समध्ये केला जातो

b] वेल्डेड प्रकारचे सिलिंडर ७० बार पेक्षा जास्त कामाचा दाब असलेल्या प्रणालींमध्ये वापरले जातात

c] टाय-रॉड सिलिंडरचा वापर ७० बार पेक्षा जास्त कामाचा दाब असलेल्या प्रणालींमध्ये केला जाऊ शकतो

d] वरीलसर्व

253] हायड्रोलिक सिलेंडर यापैकी कोणती क्रिया करतो?

a] ढकलणे

b] उचलणे

क] अ] आणिब] दोन्ही

d] वरीलपैकी काहीही नाही

254] वेल्डेड प्रकारच्या हायड्रोलिक सिलेंडरमधील गळती रोखली जाते

a] ग्रंथीच्या आवरणातील वाइपर

b] शेवटच्या कव्हरमध्ये रॉड सील

c] ग्रंथीच्याआवरणातरॉडसील

d] वरीलपैकी काहीही नाही

255] सिंगल एक्टिंग हायड्रोलिक सिलिंडरमध्ये पिस्टन त्याच्या मूळ स्थितीत परत येतो.

a] वसंत शक्ती

b] स्वतःचे वजन

c] फ्लायव्हीलची गती

d] <u>वरीलसर्व</u>

256] चेक व्हॉल्व्ह हा एक प्रकार आहे

a] दाब कमी करणारा झडप

b] प्रेशर रिलीफ व्हॉल्व्ह

c] <u>दिशात्मकनियंत्रणझडप</u>

d] वरीलपैकी काहीही नाही

२५७] प्रेशर रिलीफ व्हॉल्व्ह असू शकतो

a] थेट ऑपरेट

b] पायलट ऑपरेट

c] solenoid ऑपरेट

d] <u>वरीलसर्व</u>

258] पायलट ऑपरेटेड चेक व्हॉल्व्हमध्ये उलट प्रवाह कसा शक्य आहे?

a] स्प्रिंग फोर्स चेंडू उचलतो ज्यामुळे उलट प्रवाह शक्य होतो

b] <u>द्रवपदार्थाचादाबचेंडूउचलतोज्यामुळेउलटप्रवाहशक्यहोतो</u>

क] अ] आणि ब] दोन्ही

d] वरीलपैकी काहीही नाही

259] प्रेशर रिलीफ व्हॉल्व्ह आणि प्रेशर रिड्युसिंग व्हॉल्व्हमध्ये काय फरक आहे?

a] दाब कमी करणारा झडप पंप आणि टाकी लाईन दरम्यान जोडलेला असतो तर प्रेशर रिलीफ व्हॉल्व्ह DCV आणि शाखा सर्किट दरम्यान जोडलेला असतो

b] प्रेशर रिलीफ व्हॉल्व्ह नेहमी उघडला जातो

c] <u>प्रेशररिड्युसिंगव्हॉल्व्ह   DCV आणिब्रॅंचसर्किटमध्येजोडलेलेअसतेतरप्रेशररिलीफव्हॉल्व्हपंपआणिटाकीदरम्यानजोडलेलेअसते</u>

d] वरीलपैकी काहीही नाही

260] गॅस चार्ड एक्युम्युलेटरमध्ये वापरलेले संचयक आहे

a] हायड्रॉलिक

b] वायवीय

c] <u>hydropneumatic</u>

d] वरीलपैकी काहीही नाही

261]प्रेशर स्विचचे कार्य काय आहे?

a] मोटर सुरू करण्यासाठी प्रेशर स्विचचा वापर केला जातो

b] प्रेशर स्विचचा वापर मोटर थांबवण्यासाठी केला जातो

c] प्रेशर स्विचचा वापर सोलेनॉइड कमी करण्यासाठी केला जातो

d] <u>वरीलसर्व</u>

262] वायवीय प्रणालींमध्ये वापरल्या जाणाऱ्या इंटेन्सिफायरमध्ये आउटपुट दाब असतो

a] इनपुट दाबापेक्षा कमी

b] <u>इनपुटदाबापेक्षाजास्त</u>

c] इनपुट दाबाप्रमाणेच

d] वरीलपैकी काहीही नाही

263] रिलीफ व्हॉल्व्ह अनलोड करण्याचे कार्य काय आहे आणि ते संचयकांसाठी ऍक्सेसरी म्हणून वापरले जाऊ शकते?

a] <u>अनलोडिंगरिलीफव्हॉल्व्हचावापरपंपद्वारेसंचयकचार्ज करण्यासाठीकेलाजातोजेव्हासंचयकदाबसेट मूल्यापेक्षाकमीहोतोआणितोऍक्सेसरीम्हणूनवापरलाजाऊशकतो]</u>

b] अनलोडिंग रिलीफ व्हॉल्व्हचा वापर पंपद्वारे संचयक चार्ज करण्यासाठी केला जातो जेव्हा संचयक दाब सेट मूल्यापेक्षा कमी होतो परंतु ऍक्सेसरी म्हणून वापरला जात नाही

c] अनलोडिंग रिलीफ व्हॉल्व्हचा वापर पंपद्वारे संचयक चार्ज करण्यासाठी केला जातो जेव्हा संचयक दाब सेट मूल्यापेक्षा वाढतो परंतु ऍक्सेसरी म्हणून वापरला जात नाही

d] अनलोडिंग रिलीफ व्हॉल्व्हचा वापर पंपद्वारे संचयक चार्ज करण्यासाठी केला जातो जेव्हा संचयक दाब सेट मूल्यापेक्षा वाढतो आणि ऍक्सेसरी म्हणून वापरला जातो

264] सिलेंडरचे बोअर क्षेत्र 300 सेमी 2 आणि वेग 180 सेमी/मिनिट आहे] पंपाचा प्रवाह दर मोजा

अ] ५५ लि/मिनिट

b] ५० लि/मिनिट

c] <u>54 l/min</u>

d] वरीलपैकी काहीही नाही

265] सर्किटमध्ये वापरल्या जाणाऱ्या दोन पंपांसाठी सुरुवातीला जलद ऑपरेशन आणि फीडिंग ऑपरेशन संथ गतीने केले जाते तेव्हा खालीलपैकी कोणते विधान सत्य आहे?

अ] <u>सुरुवातीलानोकरीगाठण्यासाठी, एखादेसाधनउच्चडिस्चार्जआणि</u>

<u>कमीदाबाच्यापंपाशीजोडलेलेअसणेआवश्यकआहे</u>

b] सुरुवातीला नोकरी गाठण्यासाठी, कमी डिस्चार्ज आणि उच्च दाब असलेल्या पंपाशी एक साधन जोडले पाहिजे

c] फीडिंग ऑपरेशनसाठी कमी डिस्चार्ज कमी दाब पंप आवश्यक आहे

d] वरीलपैकी काहीही नाही

266] PLC च्या विविध ऑपरेशन्स काय आहेत?

a] बुलियन लॉजिक

b] वेळ

c] अंकगणित

d] <u>वरीलसर्व</u>

267] खालीलपैकी कोणता पंप जास्त वीज वाचवतो?

a] एकच पंप

b] <u>दुहेरीपंप</u>

c] सिंगल आणि डबल पंप समान प्रमाणात पॉवर वापरतात

d] वरीलपैकी काहीही नाही

268] PLC चा फायदा काय आहे?

a] त्रुटी शोधणे सोपे

b] बदली सहज करता येते

c] <u>PLC सहजप्रोग्रामकेलेलेआहेत</u>

d] वरील सर्व

269] हवेच्या एकक खंडातील पाण्याच्या वाफेचे वस्तुमान असे म्हणतात

a] सापेक्ष आर्द्रता

b] <u>परिपूर्णआर्द्रता</u>

c] संपृक्तता प्रमाण

d] वरीलपैकी काहीही नाही

270] कोणत्या झडपाला मेमरी व्हॉल्व्ह असेही म्हणतात?

a] सिंगल पायलट सिग्नल वाल्व्ह

b] <u>दुहेरीपायलटसिग्नलवाल्व</u>

c] रोलर लीव्हर वाल्व

d] लॉजिक व्हॉल्व्ह

271] सिग्नल हवा आणि नियंत्रण हवा यात काय फरक आहे?

अ] <u>सिग्नलएअरअंतिमकंट्रोलव्हॉल्व्हकार्यान्वितकरते</u>
<u>आणिपिस्टनरॉडच्यापुढेआणिमागेजाण्यासाठीअंतिम</u>
<u>नियंत्रणवाल्वद्वारेसिलेंडरमध्येहवाप्रवाहनियंत्रितकरते</u>

b] कंट्रोल एअर अंतिम कंट्रोल व्हॉल्व्ह कार्यान्वित करते आणि पिस्टन रॉडच्या पुढे आणि मागे जाण्यासाठी अंतिम नियंत्रण वाल्वद्वारे सिलेंडरमध्ये सिग्नल हवा प्रवाहित करते.

क] अ] आणि ब] दोन्ही

d] वरीलपैकी काहीही नाही

272] पिस्टन रॉडची प्रारंभिक आणि अंतिम स्थिती समजण्यासाठी खालीलपैकी कोणता वापरला जातो?

a] लीव्हर संचालित दिशा नियंत्रण वाल्व

b] मर्यादा स्विच

c] रोलर लीव्हर वाल्व

d] <u>वरीलसर्व</u>

273] कोणता झडप पिस्टन रॉडच्या पुढे किंवा पाठीमागच्या एका दिशेने सक्रिय होतो?

a] रोलर लीव्हर वाल्व

b] <u>निष्क्रियरोलरलीव्हरवाल्व</u>

क] अ] आणि ब] दोन्ही

d] वरीलपैकी काहीही नाही

274] पिस्टन रॉड मागे घेणे दर्शविण्यासाठी कोणत्या संख्यांचा वापर केला जातो?

a] सम संख्या

b] <u>विषमसंख्या</u>

c] सम आणि विषम दोन्ही संख्या

d] वरीलपैकी काहीही नाही

275] खालीलपैकी कोणता घटक वेळ विलंब झडपाचा आहे?

a] प्रवाह नियंत्रण झडप

b] दिशा नियंत्रण झडप

c] <u>दोन्ही a]आणि b] d]वरीलपैकीकाहीहीनाही</u>

d] वरीलपैकी काहीही नाही

276] खालीलपैकी कोणता प्रकार हायड्रॉलिक सिलिंडरमधील उशी आहे?

a] ट्रुनिअन कुशनिंग

b] <u>समायोज्यउशी</u>

c] clevis उशी

d] वरीलपैकी काहीही नाही

277] प्रॉक्सिमिटी स्विच हे लिमिट स्विचपासून वेगळे कसे केले जाते?

a] प्रॉक्सिमिटी स्विच सक्रिय होतो जेव्हा हलणारे भाग त्याच्याशी शारीरिक संपर्क साधतात

b] प्रॉक्सिमिटी स्विच सक्रिय होतो जेव्हा न हलणारे भाग शारीरिक संपर्कात असतात

c] हलणारेभागत्याच्याजवळअसतानाप्रॉक्सिमिटीस्विचसक्रियकेलाजातो

d] वरीलपैकी काहीही नाही

278] खालीलपैकी कोणते विधान सत्य आहे?

a] इलेक्ट्रोमॅग्नेटिक रिलेची अधिक किमतीत उच्च विश्वसनीयता असते

b] इलेक्ट्रोमॅग्नेटिकरिलेकमीप्रवाहआणिव्होल्टेजवापरतात, उच्चव्होल्टेजआणिवर्तमानसर्किटमध्येउघडेकिंवाजवळसंपर्कसाधतात

c] प्रेशर इलेक्ट्रिक कन्व्हर्टरला दिलेला हवेचा दाब एक संपर्क

उघडतो जो विद्युत संपर्काच्या प्रवाहासाठी सर्किटला ऊर्जा देतो

d] वरील सर्व

279] कोणत्या सर्किट्समध्ये कमी व्होल्टेज आणि कमी

विद्युत् प्रवाहाचा रिले उघडा किंवा जवळचा संपर्क साधण्यासाठी वापरला जातो?

a] उच्चव्होल्टेजआणिउच्चप्रवाहसर्किट

b] कमी व्होल्टेज आणि कमी करंट सर्किट

c] उच्च व्होल्टेज आणि कमी करंट सर्किट

d] कमी व्होल्टेज आणि कमी करंट सर्किट

280] इलेक्ट्रोन्यूमॅटिक सर्किट्समध्ये,

a] स्पूल सिग्नल हवेने हलवले जाते

b] स्पूल नियंत्रण हवेने हलवले जाते

c] स्पूलइलेक्ट्रोमोटिव्हफोर्सद्वारेहलविलाजातो

d] वरील सर्व

281] इलेक्ट्रोमेकॅनिकल रिले सॉलिड स्टेट रिलेपेक्षा अधिक लोकप्रिय का आहेत?

a] ते विश्वसनीय आहेत

b] कमी खर्चिक

क] अ] आणिब] दोन्ही

d] वरीलपैकी काहीही नाही

282] कोणत्या कंट्रोल व्हॉल्व्हमध्ये लोड कमी झाल्यामुळे ऊर्जेचा वापर कमी होतो?

a] पारंपारिक दिशा नियंत्रण वाल्व

b] आनुपातिकदिशानियंत्रणवाल्व

क] अ] आणि ब] दोन्ही

d] वरीलपैकी काहीही नाही

283] खालीलपैकी कोणते सर्व व्हॉल्व्हचे वैशिष्ट्य आहे?

a] ओपन लूप सिस्टम

b] बंदलूपप्रणाली

c] कमी प्रदूषण

d] वरील सर्व

284] PLC म्हणजे काय?

a] प्रक्रिया तर्क नियंत्रण

b] प्रोग्राम करण्यायोग्य भाषा कनवर्टर

c] <u>प्रोग्रामेबललॉजिककंट्रोल</u>

d] प्रोग्रामेबल लॉजिक कन्व्हर्टर

285] AC सोलनॉइड कॉइल जळण्याचे कारण काय?

a] विद्युतप्रवाह धारण करणे

b] <u>गर्दीचाप्रवाह</u>

c] वर्तमान clamps

d] वरील सर्व

286] जेव्हा इलेक्ट्रिकल कनेक्शनऐवजी पीएलसी कनेक्शन वापरले जातात, तेव्हा केल्या जाणाऱ्या ऑपरेशन्सचा क्रम बदलला जाऊ शकतो

a] हार्डवायर कनेक्शन बदलणे

b] <u>कार्यक्रमाचाक्रमबदलणे</u>

क] अ] आणि ब] दोन्ही

d] वरीलपैकी काहीही नाही

287] हायड्रॉलिक सिस्टीममध्ये निर्माण होणारी उष्णता द्वारे शोषली जाऊ शकते

a] स्नेहन

b] <u>थंडकरणे</u>

c] सील करणे

d] वरील सर्व

288] खालीलपैकी कोणत्या उद्देशासाठी हायड्रॉलिक फिल्म मशीन केलेली पोकळी आणि स्पूल दरम्यान सील म्हणून काम करते?

a] <u>गळतीकमीकरण्यासाठी</u>

b] थंड करण्याच्या हेतूने

c] स्नेहन हेतूने

d] वरील सर्व

289] कंटेनरमधील द्रवपदार्थावर लावला जाणारा दाब सर्व दिशांना समान रीतीने वितरीत केला जातो आणि त्याच्यासह कार्य करतो

a] समांतर समान क्षेत्रावर समान शक्ती

b] वेगवेगळ्या क्षेत्रांवर आणि काटकोनात समान बल

c] <u>समानक्षेत्रावरआणिकाटकोनातसमानबल</u>

d] वरीलपैकी काहीही नाही

290] कोणता कायदा दबावाखाली हायड्रॉलिक द्रव्यांच्या वर्तनाचे स्पष्टीकरण देतो?

अ] चार्ल्सचा कायदा

b] न्यूटनचा नियम

c] पास्कलचानियम

d] वरीलपैकी काहीही नाही

291] पाईपमध्ये तेलाचा प्रवाह यामुळे होतो

a] संतुलित शक्ती

b] असंतुलितशक्ती

c] संतुलित आणि असंतुलित दोन्ही शक्ती

d] वरीलपैकी काहीही नाही

292] पाईप्समधील दाब कमी झाल्यामुळे उद्भवते

a] घर्षणप्रतिकार

b] भार

c] प्रवाह नमुना

d] वरीलपैकी काहीही नाही

293] सरळ पाईपमध्ये लॅमिनार प्रवाह कसा दर्शविला जातो?

a] उच्च कातरणे ताण प्रवाह

b] उच्च वेगाचा प्रवाह

c] कमी-वेगाचाप्रवाह

d] वरीलपैकी काहीही नाही

294] हायड्रॉलिक सिस्टीममध्ये वापरलेला सकारात्मक विस्थापन पंप असतो

a] द्रवपदार्थांचीउच्चस्निग्धता

b] कमी कार्यक्षमता

c] आवश्यक प्रमाणात द्रवपदार्थ सोडला जाऊ शकत नाही

d] वरील सर्व

295] इलेक्ट्रिक मोटरचा वेग 1200 rpm आहे आणि पंपचा आउटपुट दर 6 cc/rev आहे] पंपाचा प्रवाह दर 1/min मध्ये मोजा

a] 6 1/min

b] 7]2 1/min

c] 5 1/min

d] वरीलपैकी काहीही नाही

296] पंपाद्वारे शोषलेल्या शक्तीची गणना करा, जर त्याचा प्रवाह दर 20 cc/रेव्ह असेल आणि जेव्हा इलेक्ट्रिक मोटर 1200 rpm च्या वेगाने चालते तेव्हा जास्तीत जास्त 70 बारचा दाब विकसित होतो]

a] 1]9 kW

b] <u>2]8 kW</u>

c] 2]3 kW

d] वरीलपैकी काहीही नाही

297] व्हॉल्यूमेट्रिक कार्यक्षमता हे प्रमाण आहे

a] सैद्धांतिक प्रवाह दर ते वास्तविक प्रवाह दर

b] <u>वास्तविकप्रवाहदरतेसैद्धांतिकप्रवाहदर</u>

c] इनपुट पॉवर पंप करण्यासाठी वास्तविक द्रव शक्ती

d] वरीलपैकी काहीही नाही

298] खालीलपैकी कोणता हायड्रोडायनामिक पंप आहे?

a] वेन पंप

b] <u>केंद्रापसारकपंप</u>

c] गियर पंप

d] पिस्टन पंप

299] हायड्रॉलिक सिलेंडरला उशी लावल्यावर पिस्टन रॉडचा वेग कशामुळे कमी होतो?

a] लहान जागेतून तेलाचा प्रवाह

b] प्रणालीमध्ये पाठीचा दाब तयार होतो

c] <u>a]आणि b दोन्ही</u>

d] वरीलपैकी काहीही नाही

300] खालीलपैकी कोणता हायड्रॉलिक सिलिंडर ॲप्लिकेशनवर आधारित आहे?

a] वेल्डेड

b] बोल्ट

c] <u>मेंढा</u>

d] वरील सर्व

301] एकाच सिलेंडरला तेलाचा पुरवठा बंद केल्यावर काय होते?

अ] प्रणालीवर कोणताही दबाव आणला जात नाही

b] पिस्टनवर अधिक दबाव टाकला जातो

c] <u>पिस्टनवरकमीदाबदिलाजातो</u>

d] वरीलपैकी काहीही नाही

302] स्प्रिंग प्रकारातील सिंगल एक्टिंग सिलिंडरमध्ये स्प्रिंगचा विस्तार आणि सिलेंडर मागे घेणे कधी होते?

a] <u>तेलाचादाबस्प्रिंगकॉम्प्रेशनप्रेशरपेक्षाकमीअसतो</u>

b] तेलाचा दाब स्प्रिंग कॉम्प्रेशन प्रेशरपेक्षा जास्त असतो

c] तेलाचा दाब आणि स्प्रिंग कॉम्प्रेशन प्रेशर समान आहे

d] वरीलपैकी काहीही नाही

303] दुर्बिणीच्या सिलेंडरमध्ये, टप्प्यांची संख्या वाढते म्हणून

a] पिस्टन रॉडचा व्यास देखील वाढतो

b] <u>पिस्टनरॉडचाव्यासकमीहोतो</u>

c] पिस्टन रॉडचा व्यास समान राहतो

d] वरीलपैकी काहीही नाही

304] ब्लीड ऑफ सर्किट्स का वापरतात?

a] हायड्रॉलिक सिलेंडरमध्ये द्रवपदार्थांचा प्रवाह प्रतिबंधित करण्यासाठी ब्लीड ऑफ सर्किटचा वापर केला जातो

b] हायड्रॉलिक सिलेंडरमधून द्रवपदार्थांचा प्रवाह प्रतिबंधित करण्यासाठी ब्लीड ऑफ सर्किटचा वापर केला जातो

c] <u>ॲक्टयुएटरचावेगकमीकरण्यासाठीब्लीडऑफसर्किट्सचावापरकेलाजातो</u>

d] वरील सर्व

305] ब्लीड ऑफ सर्किट्ससाठी खालीलपैकी कोणते लागू आहे?

a] रक्तस्त्राव सर्किट्समुळे प्रणालीमध्ये उष्णता निर्माण होते

b] <u>प्रतिरोधकभारांसाठीब्लीडऑफसर्किट्सवापरतात</u>

c] रनअवे लोडसाठी ब्लीड ऑफ सर्किट्स वापरतात

d] वरील सर्व

306] हायड्रॉलिक सर्किट्समध्ये वापरल्या जाणाऱ्या सीक्वेन्स व्हॉल्व्हचे कार्य काय आहे?

a]

<u>सेटप्रेशरगाठल्यानंतरएकामागूनएकऑपरेशन्सकरण्यासाठीअनुक्रमवाल्वचावापरकेलाजातो</u>

b] सेट प्रेशर गाठण्याआधी सतत अनेक ऑपरेशन्स करण्यासाठी सीक्वेन्स व्हॉल्व्हचा वापर केला जातो

c] सेट प्रेशर ऑइलपर्यंत पोहोचल्यानंतर अनुक्रम वाल्व टाकीमध्ये उडवले जातात

d] वरील सर्व

307] दाब कमी करणारा वाल्व कधी वापरला जातो?

a] जेव्हा सिस्टम प्रेशरपेक्षा जास्त दाब आवश्यक असतो तेव्हा त्याचा वापर केला जातो

b] <u>जेव्हासिस्टमप्रेशरपेक्षाकमीदाबआवश्यकअसतोतेव्हात्याचावापरकेलाजातो</u>

c] जेव्हा पूर्णपणे शून्य दाब आवश्यक असतो

d] वरील सर्व

308] सोलेनॉइडमध्ये मजबूत चुंबकीय क्षेत्र कसे प्राप्त होते?

a] कॉइल कंडक्टर म्हणून काम करत असल्यास, सोलेनॉइडमध्ये मजबूत चुंबकीय क्षेत्र प्राप्त होते

b] गुंडाळी लोखंडी चौकटीने वेढलेली असते

c] कॉइलच्या मध्यभागी लोखंडी कोर ठेवला जातो

d] <u>वरीलसर्व</u>

309] वायवीय प्रणालींमध्ये सोलेनोइइसची DC श्रेणी किती आहे?

a] <u>12 V आणि 24 V</u>

b] 110 V आणि 220 V

क] अ] आणि ब] दोन्ही

d] वरीलपैकी काहीही नाही

310] शिडीच्या आकृतीवर खालीलपैकी कोणते आउटपुट उपकरण वापरले जाते?

a] प्रॉक्सिमिटी सेन्सर

b] डिटेंट स्विच

c] <u>रिले</u>

d] वरील सर्व

311] शिडीच्या आकृतीवरील आऊटपुट उपकरण द्वारे दर्शविले जाते

a] चौरस

b] <u>वर्तुळ</u>

c] आयत

d] अर्धवर्तुळ

312] स्मृतीशास्त्र निर्देशांमध्ये, LDI मध्ये I काय सूचित करते?

a] स्विच साधारणपणे उघडा असतो

b] <u>स्विचसाधारणपणेबंदअसतो</u>

c] ते दुसऱ्या स्विचचे कार्य दर्शवते

d] वरीलपैकी काहीही नाही

313] औद्योगिक अनुप्रयोगांमध्ये हायड्रॉलिक द्रवपदार्थांमध्ये स्निग्धता ग्रेड असते.

अ] 20 ते 50

b] 70 ते 95

c] <u>46 ते 68</u>

ड] 15 ते 44

314] उच्च स्निग्धता द्रव आहेत

a] कमी दाबाची घसरण

b] कमी वीज वापर

c] <u>धीमेऑपरेशन</u>

d] वरील सर्व

315] व्हिस्कोसिटी इंडेक्स म्हणजे काय?

a] चिकटपणातील बदलांवर दबावाचा प्रभाव

b] <u>चिकटपणातीलबदलांवरतापमानाचाप्रभाव</u>

c] दोन पृष्ठभागांमधील प्रतिकाराचा प्रभाव

d] वरीलपैकी काहीही नाही

316] पाण्यात मिसळल्यावर द्रवाचे वर्तन कोणते गुणधर्म ठरवते?

a] ओतणे बिंदू

b] <u>demulsibility</u>

c] स्निग्धता

d] ऑक्सीकरण

317] हायड्रॉलिक सिस्टीममधील कोणत्याही ऑपरेशनसाठी द्रवपदार्थांचा ओतणे बिंदू असणे आवश्यक आहे

a] सर्वात कमी तापमानापेक्षा 20 0F खाली

b] <u>सर्वातकमीतापमानापेक्षा 20 0F वर</u>

c] सर्वात कमी तापमानापेक्षा 20 0C

d] सर्वात कमी तापमानापेक्षा 20 0C वर

318]पेट्रोलियम आधारित द्रवपदार्थांचे नुकसान काय आहे?

a] <u>कमीफ्लॅशपॉइंट</u>

b] कमी घनता

c] हलके वजन

d] वरील सर्व

319] उच्च जल द्रव (HFA) मधील पाण्याचे प्रमाण तेल सामग्रीच्या तुलनेत कसे आहे?

a] <u>पाण्यापेक्षाजास्ततेल</u>

b] तेल आणि पाणी समान प्रमाणात आहेत

c] तेलापेक्षा जास्त पाणी

d] मध्ये फक्त पाणी असते

320] हायड्रॉलिक सिस्टीममध्ये वापरलेला द्रव असावा

a] कमी ऑक्सिडेशन प्रतिरोध

b] उच्च ऑक्सिडेशन प्रतिरोध

c] <u>उच्चऑक्सिडेशनवाढविण्याचीक्षमता</u>

d] वरीलपैकी काहीही नाही

321] कोणत्या दाबाने, हायड्रॉलिक सिस्टीममध्ये वापरले जाणारे पेट्रोलियम तेल 1/2% संकुचित होते?

a] 70 बार

b] <u>40 बार</u>

c] 30 बार

ड] 95 बार

322] पाणी ग्लायकॉलचे तापमान आणि विशिष्ट वजन यांचा काय संबंध आहे?

a] <u>तापमानवाढतेम्हणूनविशिष्टवजनकमीहोते</u>

b] तापमान वाढते म्हणून विशिष्ट वजन वाढते

c] तापमान आणि विशिष्ट वजन रेखीय बदलते

d] वरीलपैकी काहीही नाही

323] हायड्रॉलिक तेलासाठी तापमान आणि चिकटपणा यांचा काय संबंध आहे?

a] <u>तापमानआणिस्निग्धतारेखीयबदलते</u>

b] तापमान कमी झाल्यामुळे वातावरणाच्या दाबाने स्निग्धता कमी होते

c] तापमान वाढळ्याने वातावरणाच्या दाबाने स्निग्धता कमी होते

d] वरीलपैकी काहीही नाही

324] जास्त पाण्यातील द्रवपदार्थ असतात

a] <u>पाण्याततेल</u>

b] तेलात पाणी

c] फक्त पाणी

d] वरीलपैकी काहीही नाही

325] जास्त पाण्याच्या द्रवाची स्निग्धता असते

a] <u>पाण्यापेक्षामोठा</u>

b] पाण्यापेक्षा कमी

c] जवळचे पाणी

d] वरीलपैकी काहीही नाही

326] पाण्यातील ग्लायकोल द्रवपदार्थांमध्ये ऍडिटीव्ह जोडल्याने सुधारणा होते

a] ज्वलनशीलता

b] स्निग्धता

c] <u>ऑक्सीकरण</u>

d] वरील सर्व

327] अशांत प्रवाहाचे वैशिष्ट्य काय आहे?

a] उच्च वेग

b] <u>कणांच्याप्रवाहाचीआणिहालचालीचीदिशासमानआहे</u>

c] क्रॉस सेक्शनमधील बदल प्रवाहावर परिणाम करत नाही

d] वरील सर्व

328] पाईपचा क्रॉस सेक्शन बदलल्यावर कोणता प्रवाह पॅटर्न प्रभावित होतो?

अ] <u>लॅमिनारप्रवाह</u>

b] अशांत प्रवाह

c] लॅमिनार आणि अशांत

d] वरीलपैकी काहीही नाही

329] ॲक्ट्युएटरच्या वेगावर परिणाम होतो

a] छिद्राचे क्रॉस-सेक्शन क्षेत्र

b] प्रवाहाचा वेग

c] पाईपव्यास

d] वरील सर्व

330] बर्नोलीच्या तत्वाचा वापर यापैकी कोणत्या अनुप्रयोगात केला जातो?

a] ब्लोअरची रचना

b] विमानाच्यापंखांचीरचना

c] प्रोपेलरची रचना

d] वरील सर्व

331] प्रणालीमध्ये हायड्रॉलिक तेलाने विकसित केलेली एकूण ऊर्जा अशी दिली आहे

अ] एकूण ऊर्जा = (संभाव्य ऊर्जा + दाब ऊर्जा]

b] एकूण ऊर्जा = (संभाव्य ऊर्जा + गतिज ऊर्जा]

c] एकूण ऊर्जा = (संभाव्य ऊर्जा - गतिज ऊर्जा]

d] वरीलपैकीकाहीहीनाही

332] जर पंपाने वाल्वला जास्त प्रवाह दर दिला तर, वाल्वमध्ये दाब कमी होतो

a] वाढते

b] कमीहोते

c] तसेच राहते

d] वरीलपैकी काहीही नाही

333] रेनॉल्ड्स क्रमांक (?vd] / μ मध्ये, μ हे अक्षर सूचित करते

a] किनेमॅटिक स्निग्धता

b] परिपूर्णस्निग्धता

c] घर्षण गुणांक

d] वरीलपैकी काहीही नाही

334] जडत्व बल आणि चिकटपणाचे गुणोत्तर म्हणून ओळखले जाते

अ] बायोट क्रमांक

b] रेनॉल्डक्रमांक

c] कॉची संख्या

ड] यूलर क्रमांक

335] लॅमिनार प्रवाहासाठी रेनॉल्ड्स क्रमांक आहे

अ] 2800 पेक्षा जास्त

b] <u>2000 पेक्षाजास्त</u>

c] 2000 पेक्षा कमी

ड] 2000 ते 2800 दरम्यान]

336] पाईपचा व्यास 0]2 मीटर असतो ज्यामध्ये द्रव 0]3 m3/s च्या वेगाने वाहतो] रेनॉल्ड्स क्रमांकाची गणना करून प्रवाह लॅमिनार आहे की अशांत आहे हे निर्धारित करा] किनेमॅटिक व्हिस्कोसिटी = 0]5 × 10 गृहीत धरा -4 m2 /s]

अ] रेनॉल्ड्स क्रमांक १२०० असलेला प्रवाह लॅमिनार आहे

b] रेनॉल्ड्स क्रमांक 2100 असलेला प्रवाह अशांत आहे

c] <u>रेनॉल्ड्सक्रमांक 2200 असलेलाप्रवाहलॅमिनारआहे</u>

d] प्रवाह लॅमिनार किंवा अशांत नाही

337] अंतर्गत गियर पंपचा फायदा काय आहे?

a] <u>मध्यमगती</u>

b] मध्यम दाब

c] उच्च स्निग्धता असलेले द्रव वापरले जाऊ शकतात

d] वरील सर्व

338] कोणत्या आतील घटकाच्या रोटेशनमुळे सेंट्रीफ्यूगल पंपमध्ये द्रव बाहेर पंप होतो?

अ] अंतर्गत गियर

b] इंपेलरचे फिरणे

c] <u>सिलेंडररोटर</u>

d] वरीलपैकी काहीही नाही

३३९] रोटर स्लॉट्समधून वेन्स कोणत्या बलाने बाहेर पडतात?

a] केंद्राभिमुख बल

b] <u>केंद्रापसारकशक्ती</u>

c] घर्षण बल

d] वरीलपैकी काहीही नाही

340] खालीलपैकी कोणते विधान सत्य आहे?

अ] रोटरसह स्टेटरचे संयोजन कार्ट्रिज युनिट म्हणून ओळखले जाते

b] <u>स्टेटरआणिवेन्सचेसंयोजनकार्ट्रिजयुनिटम्हणूनओळखलेजाते</u>

c] रोटरचे वेन्ससह संयोजन कार्ट्रिज युनिट म्हणून ओळखले जाते

d] वरीलपैकी काहीही नाही

341] लवचिक वेन पंपचा फायदा काय आहे?

a] ते मोठ्या आकाराचे घन पदार्थ हाताळू शकतात

ब] ते चांगले व्हॅक्यूम तयार करू शकतात

c] a]आणि b] दोन्ही

d] वरीलपैकी काहीही नाही

342] कार्ट्रिज किट विविध आकाराचे पंपिंग चेंबर तयार करतात, जे

a] प्रवाह दर वाढवा

b] प्रवाहदरकमीकरा

c] प्रवाह दर वाढवणे आणि कमी करणे

d] वरीलपैकी काहीही नाही

343] वेन पंपसाठी खालीलपैकी कोणते विधान चुकीचे आहे?

अ] वेन टिप्स आणि कॅम रिंग यांच्यातील सतत संपर्कामुळे संपर्क पृष्ठभागावर पोशाख होतो

b] एकाच वेन पंपमध्ये वेगवेगळ्या आकाराचे कार्ट्रिज किट बदलले जाऊ शकतात

c] असंतुलितशक्तीकमीकरण्यासाठीलंबवर्तुळाकारकॅमरिंगगोलकॅमरिंगनेबदललीआहे

d] वरीलपैकी काहीही नाही

344] संतुलित वेन पंप तयार केले आहेत

a] निश्चित विस्थापन

b] परिवर्तनीय विस्थापन

c] स्थिरआणिपरिवर्तनीयविस्थापनदोन्ही

d] वरीलपैकी काहीही नाही

345] असंतुलित वेन पंपची कॅम रिंग आहे

a] गोल

b] लंबवर्तुळाकार

क] अ] आणि ब] दोन्ही

d] वरीलपैकी काहीही नाही

346] गियर पंपमध्ये कोणत्या प्रकारचे विस्थापन दिसून येते?

अ] केवळ परिवर्तनीय विस्थापन

b] फक्त निश्चित विस्थापन

c] स्थिरआणिपरिवर्तनीयविस्थापनदोन्ही

d] वरीलपैकी काहीही नाही

347] गीअर पंपमध्ये ऑपरेशनचे तत्व काय वापरले जाते?

a] दोन गीअर्स एकाच दिशेने फिरतात

b] दोनगीअर्सविरुद्धदिशेनेफिरतात

क] अ] आणि ब] दोन्ही

d] वरीलपैकी काहीही नाही

348] गियर पंपमध्ये द्रवपदार्थाचे शोषण कशामुळे होते?

a] जेव्हा सक्शन बाजूने दात काढताना दाब कमी होतो

b] <u>जेव्हासक्शनबाजूलादातकाढूनटाकतानादबाववाढतो</u>

c] जेव्हा सक्शन बाजूला दात गुंतवताना दाब कमी होतो

ड] जेव्हा सक्शन बाजूला दात गुंतवताना दबाव वाढतो

349] गियर पंपमध्ये द्रवपदार्थांचा सुरळीत आणि सतत स्त्राव कसा साधला जातो?

a] <u>दातांचीवाढतीसंख्या</u>

b] दातांची संख्या कमी होणे

c] वरीलपैकी काहीही नाही

ड] वरील सर्व

350] अंतर्गत गियर पंप मध्ये गीअर्सचे रोटेशन मध्ये होते

a] समान दिशा

b] भिन्न दिशा

c] <u>वरीलपैकीकाहीहीनाही</u>

ड] वरील सर्व

351] अंतर्गत गियर पंपमध्ये द्रव कसा वाहतो?

a] <u>द्रवपदार्थरोटरच्यादरम्यानसक्शनबाजूमध्येप्रवेशकरतो, जोएकमोठाबाह्यगीअरआहेआणिआयडलरजोएकलहानअंतर्गतगियरआहे</u>

b] द्रवपदार्थ रोटरच्या दरम्यान सक्शन बाजूमध्ये प्रवेश करतो, जो एक लहान बाह्य गीअर आहे आणि आयडलर जो मोठा आतील गियर आहे

c] रोटर आणि आयडलर यांच्यातील सक्शन बाजूमध्ये द्रव प्रवेश करतो जे वेगवेगळ्या दिशेने फिरतात

d] वरीलपैकी काहीही नाही

352] अंतर्गत गियर पंप मध्ये अंतर्गत गळती कशामुळे होते?

a] <u>जाळीदारपृष्ठभागांमधीलकमीसहनशीलतापातळी</u>

b] जाळीदार पृष्ठभागांमधील अधिक सहनशीलता पातळी

c] जाळीदार पृष्ठभागांमध्ये सहनशीलता नाही

d] वरीलपैकी काहीही नाही

353] गियर पंपसाठी दाब आणि एकूण कार्यक्षमता यांचा काय संबंध आहे?

a] दबाव वाढला की एकूण कार्यक्षमता कमी होते

b] <u>दबाववाढलाकीएकूणकार्यक्षमतावाढते</u>

c] एकूण कार्यक्षमतेवर दबावातील बदलाचा परिणाम होत नाही

ड] सांगू शकत नाही

354] खालीलपैकी कोणते विधान मानक हायड्रॉलिक सिलेंडर आणि टेलिस्कोपिक सिलेंडरसाठी खरे आहे?

a] टेलिस्कोपिकआणिमानकसिलिंडरसमानस्ट्रोकलांबीदेतात

b] टेलिस्कोपिक सिलिंडर मानक सिलेंडरपेक्षा कमी स्ट्रोक लांबी देतात

c] टेलिस्कोपिक सिलिंडर मानक सिलेंडरपेक्षा जास्त स्ट्रोक लांबी देतात

d] वरीलपैकी काहीही नाही

355] टेलिस्कोपिक सिलेंडर असतात

अ] फक्त दोन स्टेज युनिट्स

b] फक्त तीन स्टेज युनिट्स

c] दोनकिंवातीनस्टेजयुनिट्स

ड] मल्टीस्टेज युनिट्स

356] कोणत्या प्रकारच्या हायड्रोलिक सिलिंडरमध्ये एक पिस्टन पिस्टन रॉडला जोडलेला असतो सिलेंडरच्या दोन्ही बाजूंनी वाढलेला असतो?

a] टेलिस्कोपिक सिलेंडर

b] टँडम सिलेंडर

क] अ] आणि ब] दोन्ही

d] वरीलपैकीकाहीहीनाही

357] कोणता घटक हायड्रोलिक सिलिंडरचा कामाचा दाब ठरवतो?

a] वर्तुळाकार बाहेरील कडाचा व्यास

b] सिलेंडरचाबोरव्यास

c] स्ट्रोक लांबी

d] वरील सर्व

358] हायड्रोलिक सिलेंडरमधील पिस्टन रॉडचा व्यास निवडताना कोणता घटक विचारात घेतला जातो?

a] बोर व्यास

b] स्ट्रोकचीलांबी

c] भार

d] वरील सर्व

359] हायड्रॉलिक सिलिंडरच्या कोणत्या टोकावर नर क्लीव्हस बसवले जाते?

a] टोपी शेवट

b] रॉड शेवट

क] अ] आणि ब] दोन्ही

d] वरीलपैकीकाहीहीनाही

360] हायड्रोलिक सिलिंडरमध्ये माउंटिंगसाठी खालीलपैकी कोणते वापरले जाते?

अ] मादी चीड

b] वर्तुळाकार बाहेरील कडा

c] <u>ड्रनिअन</u>

d] वरील सर्व

361] सिलिंडरला अगदी टोकाला उशी लावल्यावर पिस्टनच्या गतीवर कुशनिंगचा कसा परिणाम होतो?

a] कुशनिंगमुळे सिलेंडरच्या टोकाच्या टोकांजवळील पिस्टनचा वेग कमी होतो

b] उशीमुळे सिलेंडरच्या टोकाला असलेल्या पिस्टनचा वेग वाढतो

c] कुशनिंगमुळे सिलेंडरमधील स्ट्रोकच्या सुरुवातीला पिस्टनचा वेग वाढतो

ड] <u>कुशनिंगमुळेसिलेंडरमधीलस्ट्रोकच्यासुरुवातीलापिस्टनचावेगकमीहोतो</u>

362] समायोज्य प्रकारच्या कुशनिंगमध्ये,

a] <u>पिस्टनरॉडअतिशयमंदगतीनेहलवतायेतो</u>

b] पिस्टन रॉड वाढत्या वेगाने हलवता येतो

क] अ] आणि ब] दोन्ही

d] वरीलपैकी काहीही नाही

363] व्हॉल्व्हमध्ये डोके कमी होणे मोजण्यासाठी कोणते सूत्र वापरले जाते?

a] <u>$K2 (v / 2 g)$</u>

b] $K (v / 2 g)$

c] $K (v2 / 2 g)$

d] वरीलपैकी काहीही नाही

364] वेन पंप आणि रेडियल पिस्टन पंप मध्ये काय फरक आहे?

a] रेडियल पिस्टन पंपमध्ये, वेन पंपमधील रेडियल स्लॉट

रेडियल बोअर्सने बदलले जातात ज्यामध्ये पिस्टन सामावून घेतात

b] रेडियल पिस्टन पंपमध्ये, वेन पंपमधील रेडियल स्लॉट्स रेडियल बोअर्सने बदलले जातात जे स्वॅश प्लेट सामावून घेतात

c] <u>रेडियलपिस्टनपंपमध्ये, वेनपंपमधीलरेडियलस्लॉट्स</u>

<u>रेडियलबोअर्सनेबदललेजातातज्यामध्येस्वॅशप्लेटआणिपिस्टनदोन्हीसामावूनघेतलेजातात.</u>

d] वरीलपैकी काहीही नाही

365] एका पिस्टन पंपाला तेल सोडण्यासाठी किती स्ट्रोक लागतात?

a] <u>एकझटका</u>

b] दोन स्ट्रोक

c] तीन स्ट्रोक

d] वरीलपैकी काहीही नाही

३६६] पिस्टन पंपामध्ये पिस्टनची व्यवस्था कशी असते?

a] <u>अक्षीय</u>

b] त्रिज्यात्मक

क] अ] आणि ब] दोन्ही

d] वरीलपैकी काहीही नाही

367] यापैकी कोणत्या पंपामध्ये, स्वॅश प्लेटचा वापर शाफ्टच्या फिरत्या गतीला परस्पर गतीमध्ये अनुवादित करण्यासाठी केला जातो?

a] रेडियल पिस्टन पंप

b] अक्षीय पिस्टन पंप

c] वाकलेलाअक्षपिस्टनपंप

d] वरील सर्व

368] अक्षीय पिस्टन पंप डिझाइन करताना कोणत्या घटकांचा विचार केला जातो?

a] स्वॅश प्लेटचा वापर

b] ओपनलूपकिंवाबंदलूपसर्किटमध्येअर्ज

c] वाकलेल्या अक्ष पिस्टन पंपची रचना

d] वरील सर्व

369] अक्षीय पिस्टन पंपमधील स्वॅश प्लेटचा कोन द्वारे समायोजित केला जातो

a] नुकसान भरपाई देणारा

b] जू

क] अ] आणि ब] दोन्ही

d] वरीलपैकीकाहीहीनाही

370] अक्षीय पिस्टन पंपमध्ये, योक सिलेंडर ब्लॉकपासून दूर ढकलले जाते ज्यामुळे,

a] योक कोन वाढतो

b] स्वॅश प्लेटचा कोन कमी होतो

क] अ] आणिब] दोन्ही

d] वरीलपैकी काहीही नाही

371] जेव्हा स्वॅश प्लेटचा कोन कमी होतो

a] प्रवाहदरवाढतो

b] प्रवाह दर कमी होतो

c] प्रवाह दर स्वॅश प्लेटच्या कोनावर अवलंबून नाही

d] वरीलपैकी काहीही नाही

372] जेव्हा स्वॅश प्लेटचा कोन शून्य असेल तेव्हा अक्षीय पिस्टन पंपमध्ये तेलाचा डिस्चार्ज किती असेल?

a] तेलाचा विसर्जन जास्तीत जास्त आहे

b] तेलाचाविसर्जनकमीतकमीआहे

c] तेलाचा स्राव होत नाही

d] वरीलपैकी काहीही नाही

373] वाकलेला अक्ष पिस्टन पंप आहे

a] <u>पंपअक्षवाकलेला</u>

b] सिलेंडर ब्लॉक जो ड्राइव्ह शाफ्टच्या कोनात कललेला असतो

क] अ] आणि ब] दोन्ही

d] वरीलपैकी काहीही नाही

374] यापैकी कोणत्या पंपामध्ये सिलेंडर ब्लॉकने स्वॅश प्लेट बदलली जाते?

a] वाकलेला अक्ष पिस्टन पंप

b] <u>रेडियलपिस्टनपंप</u>

c] अक्षीय पिस्टन पंप

d] वरीलपैकी काहीही नाही

375] फ्लँज आणि सिलेंडर ब्लॉकमधील अंतर बदलल्यास काय होते?

अ] <u>पिस्टनविस्थापनभिन्नअसूशकतनाही</u>

b] द्रवाचा परिवर्तनीय प्रवाह दर मिळवता येतो

c] निश्चित प्रवाह दर मिळवता येतो

d] वरील सर्व

376] सिलेंडर ब्लॉक आणि शाफ्ट अक्ष मधील कमाल कोन किती आहे?

a] 30o

b] <u>50o</u>

c] 45o

d] वरील सर्व

377] पिस्टन धारण केल्याने योक आणि सिलेंडर ब्लॉकमधील कोन जास्तीत जास्त कधी ठेवतो?

a] <u>जेव्हासेटदाबलोडदाबापेक्षाजास्तअसतो</u>

b] जेव्हा सेट दाब लोड दाबापेक्षा कमी असतो

c] जेव्हा सेट दाब आणि लोड दाब समान असतात

d] वरील सर्व

378] कमी-टॉर्क हाय-स्पीड मोटर्स वापरल्या जातात

a] क्रेन

b] <u>winches</u>

c] चाहते

d] वरील सर्व

379] सतत कमी वेगाने फिरण्यासाठी कोणत्या मोटरच्या वापरामुळे जास्त भार पडतो?

a] कमी-टॉर्क हाय-स्पीड मोटर्स

b] हाय-टॉर्क लो-स्पीड मोटर्स

क] <u>अ] आणिब] दोन्ही</u>

d] वरीलपैकी काहीही नाही

380] हाय स्पीड ॲप्लिकेशन्समध्ये वापरल्या जाणार्‍या मोटर्स आहेत

a] उच्च गतीसह उच्च टॉर्क

b] <u>उच्चगतीसहकमीटॉर्क</u>

c] कमी गतीसह उच्च टॉर्क

d] वरीलपैकी काहीही नाही

औद्योगिक प्रशिक्षण संस्था

मासिक चाचणी-1, गुण- 20, तारीख:- ______________

(प्रत्येक प्रश्नाला दोन गुण असतात]

06] नटच्या अध्या भागावर एक स्लॉट कापला जातो.

अ] लॉकिंग प्लेट

ब] वायर लॉक

क] स्व-लॉकिंग नट

ड] करवतीचे नट

०७] दोन बोल्टचे ढिले होण्यास प्रतिबंध करते.

अ] लॉकिंग प्लेट

ब] वायर लॉक

क] स्व-लॉकिंग नट

ड] करवतीचे नट

08] वरच्या नट फिरणे प्रतिबंधित करते.

अ] लॉक-नट

ब] खोबणीचे नट

क] स्व-लॉकिंग नट

ड] करवतीचे नट

09] नट बसविण्यासाठी प्लेटच्या आकाराचा वापर करून नट सैल होण्यापासून प्रतिबंधित करते.

अ] लॉकिंग प्लेट

ब] वायर लॉक

क] स्व-लॉकिंग नट

ड] करवतीचे नट

10] षटकोनी नट ज्याचा खालचा भाग दंडगोलाकार बनलेला आणि खोबणी केलेला आहे.

अ] लॉक-नट

ब] खोबणीचे नट

क] स्व-लॉकिंग नट

ड] करवतीचे नट

11] थ्रेडिंग टूल्सचा वापर करून 60० कोनासाठी अचूकता तपासली जाते.

अ] थ्रेड प्लग गेज

ब] केंद्र गेज

क] स्क्रू पिच गेज

ड] साधन कोन गेज

12] प्रति इंच थ्रेड्सची संख्या a सह तपासली जाऊ शकते

अ] टूल गेज

ब] मोजणी करून मेट्रिक नियम

क] रिंग गेज

ड] स्क्रू पिच गेज

13] पाईप थ्रेडचा कोन काय आहे?

अ] ६०°

ब] ४७‘/२°

C] 29°

ड] ५५°.

14] पाईप धाग्याचा उपयोग काय?

अ] प्रक्षेपण

ब] दबाव राखणे

क] हवाबंद जोडणी

D] वरीलपैकी काहीही नाही.

15] 2" पाईप धाग्याची खोली किती आहे?

अ] ०.५"

ब] ०.६४०“

C] ०.३३५"

डी] ०.५८०".

औद्योगिक प्रशिक्षण संस्था

मासिक चाचणी-2, गुण- 20, तारीख:- _______________

(प्रत्येक प्रश्नाला दोन गुण असतात]

16] बाहेरील धागा रॉड किंवा पाईप वर, डाय आणि कटिंग टूल द्वारे प्रदान करतात ...... म्हणतात.

(अ.] टॅपिंग

(गो.] मरणे

(क.] थ्रेडिंग

(ड.] खोबणी

17] कोन 0f 1S धागा (V आकाराचा] ---------- आहे.

अ] २९°

ब] ४७ १/४°

C] 50°

ड] 60

18] खालीलपैकी कोणत्या पद्धतीमध्ये फक्त बाह्य धागे तयार केले जातात -------

अ] फॉर्म टूल mEthOd

ब] कंपाऊंड विश्रांती पद्धत

क] टेलस्टॉक ऑफसेट पद्धत

ड] टेपर टर्निंग संलग्नक पद्धत.

19] शिखा आणि धाग्याच्या मुळाशी जोडणारा पृष्ठभाग ---- म्हणून ओळखला जातो.

अ] पार्श्वभाग

ब] शंक

क] खेळपट्टीचा पृष्ठभाग

ड] या सर्व

20] दोन स्टार्ट थ्रेडची पिच 4 मिमी आहे. मग थ्रेडची लीड ----- यांनी दिली आहे.

अ] 4 मि.मी

ब] 2 मि.मी

क] 8 मि.मी

ड] 6 मि.मी

21] सिंगल पॉइंट कटिंग टूल वापरून लीड स्क्रू पिच असलेल्या लेथवर 2.5 मिमीचा स्क्रू थ्रेड कापण्यासाठी आवश्यक गियर प्रमाण ---- आहे.

अ] १:२

ब] २:१

C] 1:1 मिमी

22] M24 x 3 मिमी अंतर्गत धाग्यासाठी कटची खोली आहे

अ] ०.५४१२ x ३

ब] ०.६१३४ x ३

क] ०.५ x ३

ड] ०.७ x ३

23] 24 x 3 मिमी अंतर्गत एक्मी थ्रेड्स कापण्यासाठी, जॉबचा मूळ व्यास आहे

अ] 20.00 मिमी

ब] 21.66 मिमी

क] 21.00 मिमी

ड] 20.60 मिमी

24] मेट्रिक स्क्वेअर थ्रेडिंगसाठी कटची खोली आहे

अ] ०.६ x पी

ब] ०.५ x पी

क] ०.५४१२ x पी

ड] ०.६४१२ x पी

25] बट्रेस धागा कापण्यासाठी, कटची खोली असते

अ] ०.५४१२ x पी

ब] ०.६ x पी

क] ०.७ x पी

ड] ०.७५ x पी

औद्योगिक प्रशिक्षण संस्था

मासिक चाचणी-३, गुण- २०, तारीख:- _______________

(प्रत्येक प्रश्नाला दोन गुण असतात]

26] टेम्प्लेट म्हणजे काय?

अ] कटिंग ऑपरेशनपैकी एक

ब] फॉर्म वळणापैकी एक

सी] नोकरीची समान आकृती

ड] साधनांपैकी एक

27] साचा कोणत्या उद्देशाने वापरतात?

अ] चिन्हांकित आणि तपासणीसाठी

ब] थ्रेडिंगसाठी

क] वळण्यासाठी

D] मोजण्यासाठी

28] साचा बनवण्यासाठी कोणते साहित्य वापरले जाते?

अ] एचसीएस प्लेट

ब] विशेष साधन स्टील

क] पितळ किंवा तांबे

d] GI शीट किंवा MS पातळ शीट

29] ---------------- घटकाचा आकार तपासण्यासाठी वापरला जातो

अ] साचा

ब] स्नॉप गेज

क] वाद्य

ड] साइन बार

30] चेहरा कॉपी करण्यासाठी......... टाईप टेम्प्लेट वापरला जातो

अ] गोलाकार

ब] प्लेट प्रकार

क] सपाट

ड] त्रिकोणी

31] टेपरची अचूकता सामान्यतः ...... याद्वारे तपासली जाते.

अ] टेपर गेज

ब] गेज ब्लॉक्स

C] इंडिकेटर आणि उंची गेज

32] बाह्य टेपर्ससह तपासले जातात

अ] मर्यादा प्लग गेज

ब] टेपर रिंग गेज

C] टेपर प्लग गेज

ड] श्रेड प्लग गेज.

33] समान घटकांची मितीय अचूकता तपासण्यासाठी, डायल टेस्ट इंडिकेटर टी 6 आकारासाठी सेट केला जातो आणि तुलनाकर्ता म्हणून वापरला जातो. डायल टेस्ट इंडिकेटर सेट करण्यासाठी तुम्ही काय वापराल?

A] डायल टेस्ट इंडिकेटर

ब] टीटर गेज

क] स्लिप गेज

डी], पृष्ठभाग गेज

34] साठी साइन बार वापरला जातो

अ] ड्रिलिंगसाठी काम समतल करणे

ब] टेपर जॉबचा कोन शोधणे

क] छिद्रांचा व्यास मोजणे

डी] धाग्याचे प्रोफाइल तपासत आहे.

35] साइन बारची लांबी हे दरम्यानचे अंतर आहे

अ] साइन बारच्या एका टोकापासून दुसऱ्या टोकापर्यंत

ब] साइन बारची कर्णरेषा क्रॉस लांबी

C] रोलर्स दरम्यान मध्यभागी मध्यभागी

डी] रोलर्स दरम्यान बाहेरून बाहेर.

औद्योगिक प्रशिक्षण संस्था
मासिक चाचणी-4, गुण- 20, तारीख:- ________________

(प्रत्येक प्रश्नाला दोन गुण असतात]

36] साइन बारचा आकार त्याच्याद्वारे निर्दिष्ट केला जातो

अ] वजन

ब] रुंदीचे मोजमाप

क] लांबी

डी] सेटिंगचा कमाल कोन.

37]साइन बारच्या एका टोकाला स्टॉपर प्रदान करण्याचा उद्देश आहे

अ] सुलभ हाताळणी

ब] काम घसरण्यापासून रोखणे.

C] स्लिप गेजला आधार देणे

डी] सेटिंग करताना संदर्भ म्हणून वापरणे.

38] एक साइन बार त्याच्या शरीरावर चार किंवा पाच समान अंतराच्या छिद्रांसह बनविला जातो. या छिद्रांचा उद्देश आहे

अ] साइन बार सहज हाताळा

ब] सिन बारचे वजन कमी करा

C] साइन बारच्या वरच्या पृष्ठभागाच्या विकृतीला प्रतिबंध करा

ड] साइन बारला चांगले स्वरूप द्या

39] साठी साइन बार वापरला जातो

अ] छिद्रांचा व्यास मोजणे '

ब] टेपर जॉबचा कोन शोधणे

क] ड्रिलिंगसाठी काम समतल करणे

ड] थ्रेडचे प्रोफाइल चक्किंग

40] साइन बार वापरून कोन मोजण्यासाठी स्लिप गेजची उंची आणि

अ] साइन बारची उंची

ब] नंबर स्लिप गेज

क] साइन बारची लांबी

ड] साइन बारची रुंदी

41] ---------- 1 च्या अचूकतेमध्ये कोन तपासण्यासाठी वापरला जातो.

अ] गेज

ब] साइन बार

क] मंदिर

ड] दुर्बिणीसंबंधीचा गेज

42] कॉन्टॅक्ट रोलर्सची मध्य रेषा आणि साइन बार असल्यास डेटाम पृष्ठभाग

अ] समान ओळ '''

ब] समांतर

क] कललेला

ड] लंब

43] साइन बार - पासून बनलेला आहे.

अ] उच्च कार्बन स्टील

ब] स्थिर क्रोमियम स्टील'

क] हाय स्पीड स्टील

ड] Nicked स्टील

44] वर्क पीसचा कोन अचूकपणे तपासण्यासाठी l=200mm लांबीचा साइन बार वापरला जातो. तपासायचा कोन: 250 स्लिप गेजची उंची 'h' काढा?

अ] 84.54 मिमी

ब] 83.52 मिमी

क] 81.81 मिमी

ड] 85.52 मिमी

45] खालीलपैकी कोणते विधान बरोबर आहे?'

अ] आकार तपासण्यासाठी गेज वापरले जातात

ब] आकार चक करण्यासाठी टेम्पलेट वापरतात

क] आकार मोजण्यासाठी गेज वापरतात

D] घटकाचा आकार तपासण्यासाठी गेज वापरतात

औद्योगिक प्रशिक्षण संस्था

मासिक चाचणी-5, गुण- 20, तारीख:- ______________

(प्रत्येक प्रश्नाला दोन गुण असतात]

46] विभागात कोणत्या मानक तापमानावर गेज ठेवले जातात?

अ] 100 क

ब] 20° से

क] 100 फॅ

ड] 20° फॅ

47] वर्कशॉपमध्ये सामान्यतः कोणत्या ग्रेडचा स्लिप गेज वापरला जातो?

A] ग्रेड 0

ब] ग्रेड एल

क] ग्रेड एच

ड] ग्रेड 0

48] भारतीय मानकांनुसार एक विशेष सेट गेज वापरला जातो

अ] 81 तुकडे

ब] 112 तुकडे

क] 120 तुकडे

ड] 130 तुकडे

49] संदर्भ गेजची अचूकता आहे

अ] ०.०५ मिमी

ब] 0.01 मिमी

C] ०.००१.

ड] 0.0001 मिमी

50] स्लिप गेजवरील मुंग्याचे केस, ते काढून टाकले पाहिजे

अ] भरणे

ब] लॅपिंग

क] खरवडणे

ड] दळणे

51] स्लिप गेजची कठोरता असावी?

A] 63 HRC पेक्षा जास्त

ब] 58 HRC

C] 55 HRC

ड] 50 HRC

५२]-------------- ०.०१ मिमी अचूकतेमध्ये घटक तपासण्यासाठी स्लिप गेजचा वापर केला जातो.

अ] कार्यशाळेचे गेज

ब] तपासणी मापक

क] संदर्भ गेज

ड] रिंग गेज

53], ------------ अचूक साधनाची अचूकता तपासण्यासाठी वापरले जाते.

अ] गेज ब्लॉक

ब] फॅडर गेज

क] साइन बार

ड] प्लग गेज

54] अचूकता सुनिश्चित करण्यासाठी वापरण्यापूर्वी स्लिप गेज साफ केले जातात. यासाठी तुम्ही कोणते माध्यम वापराल.

अ] तेल

ब] पातळ

C] कार्बन टेट्राक्लोराईड / पांढरे पेट्रोल

ड] टर्पेन्टाइन तेल

55]समान घटकांची मितीय अचूकता तपासण्यासाठी, डायल टेस्ट इंडिकेटर टी 6 आकारासाठी सेट केला जातो आणि तुलनाकर्ता म्हणून वापरला जातो. डायल टेस्ट इंडिकेटर सेट करण्यासाठी तुम्ही काय वापराल?

A] डायल टेस्ट इंडिकेटर

ब] टीटर गेज

क] स्लिप गेज

डी], पृष्ठभाग गेज

औद्योगिक प्रशिक्षण संस्था

मासिक चाचणी-6, गुण- 20, तारीख:- ______________

(प्रत्येक प्रश्नाला दोन गुण असतात]

56] साइन बारबद्दल खालीलपैकी कोणते विधान बरोबर नाही?

अ] दोन्ही बाजूला ठेवलेले टो प्रिसिजन रोलर्स वापरतात

ब] क्रोमियम स्टीलचे बनलेले

क] पृष्ठभाग लॅप केलेला आहे

D] छिद्रांची मध्यरेषा वरच्या पृष्ठभागाकडे झुकलेली असेल

57] स्लिप गेज म्हणजे -----------

अ] आयताकृती ब्लॉक

ब] चौरस ब्लॉक

क] घन ब्लॉक

ड] दंडगोलाकार ब्लॉक

58] स्लिप गेजच्या चौथ्या मालिकेत, 46 तुकड्यांमध्ये खालीलपैकी कोणती श्रेणी बरोबर आहे

अ] 1.0 ते 9.0 मि.मी.

ब] 1.001 101.009 मिमी

क] 1.01 ते 1.09 मि.मी

D]‘1.1’ते_-1.9मिमी

59] स्लिप गेजच्या 5व्या मालिकेत, 46 तुकड्यांमध्ये खालीलपैकी कोणती श्रेणी बरोबर आहे –

अ] 100 ते 100 मि.मी.‘

ब] 1.001 ते 1.009 मिमी

C] 1.01 ते 0.09mrn

ड] 11 ते 9 मि.मी

60] स्लिप गेजच्या 2NDS मालिकेत, 45 तुकड्यांच्या सेटमध्ये खालीलपैकी कोणती श्रेणी योग्य आहे-

अ] 1.0 ते 9.0 मि.मी

ब] 1.001 ते 1. 009 मिमी

क] 1.01 ते 1.09 मि.मी

ड] 1.1 ते 1.9 मि.मी

61] स्लिप गेजच्या 3rd मालिकेत, 46 तुकड्यांमध्ये खालीलपैकी कोणती श्रेणी बरोबर आहे –

अ] 10.0 ते 100 मि.मी

ब] 1.001 ते 1.009 मिमी

क] 1.01 ते 1.09 मि.मी

ड] 1.1 ते 1.9 मिमी

62] स्लिप गेजच्या 1ल्या मालिकेत, 46 तुकड्यांमध्ये खालीलपैकी कोणती श्रेणी बरोबर आहे –

अ] ०.००१ मिमी

ब] 001 मिमी

क] 0.1 मि.मी

ड] 1.0 मि.मी

63] स्लिप गेजच्या 2nd SERIES मध्ये, 46 तुकड्यांच्या सेटमध्ये खालीलपैकी कोणते STEP बरोबर आहे –

अ] ०.००१ मिमी

ब] 0.01 मिमी

क] 0.1 मिमी

ड] 1-0 मि.मी

64] स्लिप गेजच्या तिसर्‍या मालिकेत, 46 तुकड्यांमध्ये खालीलपैकी कोणते STEP बरोबर आहे

अ] ०.००१ मिमी

ब] ०.०१ मिमी

क] 0.1 मिमी

ड] 1.0 मि.मी

65] सिमेंट कार्बाइड ट्रेडिंग टूलसाठी कोणत्या प्रकारची टीप खालीलप्रमाणे आहे?

अ] रिजेक्ट टूलवर क्लॅम्पिंगसाठी

ब] उपकरणावर ब्रेझिंगसह

क] टूलवर वेल्डिंगसह

औद्योगिक प्रशिक्षण संस्था

मासिक चाचणी-7, गुण- 20, तारीख:- ________________

(प्रत्येक प्रश्नाला दोन गुण असतात]

66] प्रति इंच थ्रेड्सची संख्या a सह तपासली जाऊ शकते

अ] टूल गेज

ब] मोजणी करून मेट्रिक नियम

क] रिंग गेज

ड] स्क्रू पिच गेज

67] टेलीस्कोपिक गेजचा वापर छिद्र आणि स्लॉट मोजण्यासाठी केला जातो.

अ] 10 मिमी ते 100 मिमी पर्यंत

ब] 12 मिमी ते 152 मिमी पर्यंत

क] १२.७ मिमी ते १५२.४ मिमी

D] वरीलपैकी काहीही नाही.

68] छिद्र आणि स्लॉट मोजण्यासाठी लहान छिद्र गेज वापरले जातात.

अ] 10 मिमी खाली

ब] 12.7 मिमी खाली

C] 20 मिमी खाली

ड] 20.7 मिमी खाली.

69] संख्या ड्रिल मालिकेच्या संचामध्ये खालील श्रेणींमध्ये ड्रिल्स असतात. योग्य श्रेणी दर्शवा

अ] 1 ते 40

ब] 1 ते 50

क] 1 ते 80

ड] 1 ते 100

70] संख्या ड्रिल मालिकेत, सर्वात लहान ड्रिल आकार आहे...

अ] 0.1 मिमी

ब] 0.35 मिमी

क] 0.5 मिमी

ड] 0.52 मिमी

71] नंबर ड्रिल सीरिजमध्ये, ड्रिलचा सर्वात मोठा आकार आहे...

अ] 102 मिमी

ब] 5.791 मिमी

क] 5.613 मिमी

ड] 5.410 मिमी

72] लेटर ड्रिल सिरीजमध्ये ड्रिल 'ए' चा आकार...

अ] 13 मिमी

ब] 6.08 मिमी

क] 6.045 मिमी

ड] 5.944 मिमी

73] लेटर ड्रिल सीरिजमध्ये, सर्वात मोठ्या ड्रिलचा आकार ...

अ] 10.33 मिमी

ब] 10.490 मिमी

क] 12.01 मिमी

ड] 15.00 मिमी

74] फीलर गेज यासाठी वापरले जाते...

अ] पृष्ठभागाचा खडबडीतपणा तपासणे

ब] वर्कपीसची त्रिज्या तपासत आहे

क] वीण भागांमधील अंतर तपासणे

ड] होल लोकेटरची अचूकता तपासणे

75] आराम खोबणीचा उद्देश आहे...

अ] आवश्यक प्रकारचा तंदुरुस्त ठेवा

ब] कोणत्याही अडथळ्याशिवाय पृष्ठभागांमधील संपर्क सुनिश्चित करा

क] स्नेहन साठी करा

ड] खेळासाठी घटक समायोजित करा

औद्योगिक प्रशिक्षण संस्था

मासिक चाचणी-8, गुण- 20, तारीख:- ________________

(प्रत्येक प्रश्नाला दोन गुण असतात]

76] साधारणपणे गेज तयार केले जातात

अ] निकेल क्रोमियम

ब] सौम्य पोलाद

क] कास्ट स्टील

ड] HSS

77] साधारणपणे गेज वापरले जातात

अ] मोठ्या प्रमाणावर उत्पादन

ब] घटक मोजणे

क] वैयक्तिक घटक

डी] मितीय अचूकता तपासत आहे

78] केंद्र गेज वापरले जाते

अ] धाग्याची खेळपट्टी तपासा

ब] योग्य केंद्र उंचीवर टूल सेट करा

सी] धाग्याचे फिट तपासा

D] थ्रेडिंग टूलचा कोन तपासा

79] मेट्रिक सेंटर गेजचा कोन असतो

अ] ५५०

ब] ६००

क] ४७.५०

ड] २९०

80] स्लिप गेजवरील मुंग्याचे केस, ते काढून टाकले पाहिजे

अ] भरणे

ब] लॅपिंग

क] खरवडणे

ड] दळणे

81] ज्या उद्देशाने लॅपिंग ऑपरेशन केले जाते ---

अ] पृष्ठभाग पूर्ण परिष्कृत करण्यासाठी.

ब] फिटची गुणवत्ता सुधारण्यासाठी

C] भूमितीय अचूकता सुधारण्यासाठी,

ड] वरील सर्व

82] लॅपिंग कंपाउंड मटेरियल ---------- आहे.

अ] वाळूचा दगड

ब] हिरा

क] क्वाट्र्ज

ड] कोरंडम

83] कामाचा तुकडा एब्रेसिव्हने चार्ज होतो आणि लॅप कधी कापतो?

अ] कामाचा तुकडा लॅपपेक्षा कठीण आहे

ब] कामाचा तुकडा लॅपपेक्षा मऊ असतो

क] कामाच्या तुकड्यापेक्षा मांडीचा भाग मऊ असतो

ड] लॅप कामाच्या तुकड्यापेक्षा खडबडीत आहे

84] चर लॅपिंग प्लेटवर ---------- साठी प्रदान केले जातात.

अ] प्लेटची विकृती रोखणे

ब] लॅपिंग पेस्ट राखून ठेवणे

क] घर्षण कमी करणे

ड] धातू-चीप गोळा करते

85] डायमंड लॅपिंगसाठी खालील साहित्य वापरले जाते ....

A] H55

ब] तांबे'

C] ॲल्युमिनियम ऑक्साईड,

ड] उच्च कार्बन स्टील

औद्योगिक प्रशिक्षण संस्था

मासिक चाचणी-9, गुण- 20, तारीख:- _______________

(प्रत्येक प्रश्नाला दोन गुण असतात]

86] खालीलपैकी कोणती एक थंड कार्य प्रक्रिया आहे ज्याद्वारे पृष्ठभाग पूर्ण करणे, मितीय अचूकता आणि वर्क हार्डनिंग सुधारणेवर धातू काढल्याशिवाय परिणाम होऊ शकतो?

अ] जळणे

ब] होनिंग

क] लॅपिंग _

ड] सुपर फिनिशिंग

87] होनिंग प्रक्रियेत, स्पिंडलची हालचाल ---' ------------ असते.

अ] उभ्या आणि परस्पर

ब] परस्पर

क] उभा

ड] क्षैतिज आणि परस्पर

88] अपघर्षक काठी वापरून प्रक्रिया केली जाते का?

अ] लॅपिंग

ब] होनिंग

क] सुपर फिनिशिंग

89] ही प्रक्रिया कठोर आणि कठोर अशा दोन्ही अवस्थेत चालते ------

अ] जळणे

ब] सुपर फिनिशिंग

क] लॅपिंग

ड] होनिंग

90] ------------- साठी होनिंग प्रक्रियेस प्राधान्य दिले जाते.

अ] अंतर्गत छिद्र पूर्ण करणे

ब] कार्बाइड्सचे कंटाळवाणे

क] अंतर्गत धागे कापणे '

ड] बाह्य दळणे

91] होनिंगमधील पृष्ठभागाच्या खडबडीची श्रेणी -------- च्या श्रेणीत आहे.

अ] ०.९ ते ५ मायक्रॉन

ब] 0.1 ते 5 मायक्रॉन

क] 0.13 ते 1.25 मायक्रॉन

ड] 0 ते 100 मायक्रॉन

92] honing ऑपरेशन ची उत्पादकता आहे

अ] लॅपिंग ऑपरेशनच्या उत्पादकतेपेक्षा कमी

ब] लॅपिंग ऑपरेशनच्या उत्पादकतेपेक्षा जास्त

C] समान वर्क पीससाठी लॅपिंग ऑपरेशनच्या उत्पादकतेच्या बरोबरीचे

ड] यापैकी नाही

93] बेअरिंग अस्तर साठी साहित्य.

अ] इयुरल्युमिन

ब] पितळ

क] कांस्य

ड] बॅबिट

94] असंतुलित भार.

अ] गृहनिर्माण मध्ये बेअरिंग चिमटा.

ब] बेअरिंगचा रंग मंदावणे.

क] गृहनिर्माण मध्ये बाह्य रिंग च्या कताई

ड] बॉल किंवा रोलर डेंटिंग.

95] गृहनिर्माण विकृत.

अ] गृहनिर्माण मध्ये बेअरिंग चिमटा.

ब] बेअरिंगचा रंग मंदावणे.

क] गृहनिर्माण मध्ये बाह्य रिंग च्या कताई

ड] बॉल किंवा रोलर डेंटिंग.

औद्योगिक प्रशिक्षण संस्था

मासिक चाचणी-10, गुण- 20, तारीख:- ________________

(प्रत्येक प्रश्नाला दोन गुण असतात)

96] विकृत शाफ्ट आणि बेअरिंग असेंब्लीचे इतर भाग

अ] गृहनिर्माण मध्ये बेअरिंग चिमटा.

ब] बेअरिंगचा रंग मंदावणे.

क] गृहनिर्माण मध्ये बाह्य रिंग च्या कताई

ड] बॉल किंवा रोलर डेंटिंग.

97]गृहनिर्माण खूप मोठे आहे.

अ] गृहनिर्माण मध्ये बेअरिंग चिमटा.

ब] बेअरिंगचा रंग मंदावणे.

क] गृहनिर्माण मध्ये बाह्य रिंग च्या कताई

ड] बॉल किंवा रोलर डेंटिंग.

98] माउंटिंगची चुकीची पद्धत.

अ] गृहनिर्माण मध्ये बेअरिंग चिमटा.

ब] बेअरिंगचा रंग मंदावणे.

क] गृहनिर्माण मध्ये बाह्य रिंग च्या कताई

ड] बॉल किंवा रोलर डेंटिंग.

99] गृहनिर्माण गोल बाहेर बोअर.

अ] गृहनिर्माण मध्ये बेअरिंग चिमटा.

ब] बेअरिंगचा रंग मंदावणे.

क] गृहनिर्माण मध्ये बाह्य रिंग च्या कताई

ड] बॉल किंवा रोलर डेंटिंग.

100] शाफ्ट बेअरिंगमध्ये धूळ किंवा काजळी जाण्यास प्रतिबंध करते.

अ] '0' रिंग सील

ब] रेडियल ओठ सील

क] वाइपर सील

ड] स्प्रिंग लोडेड सील

101] साध्या कार्बन स्टीलला कमी गंभीर तापमानापेक्षा एकसमान गरम केल्याने घन द्रावण तयार होण्यास सुरुवात होते...

अ] फेराइट

ब] परलाइट

क] ऑस्टेनाइट

ड] मार्टेन्साइट

102] आवश्यक गुणधर्म मिळविण्यासाठी स्टीलची रचना बदलण्यासाठी गरम आणि थंड करण्याच्या प्रक्रियेला म्हणतात...

अ] कडक होणे

ब] उष्णता उपचार

क] सामान्यीकरण

ड] टेंपरिंग

103] एनीलिंगचा मुख्य उद्देश आहे

अ] कडकपणा वाढवण्यासाठी

ब] कणखरपणा वाढवणे

क] यंत्रक्षमता सुधारण्यासाठी

ड] विकृती दूर करण्यासाठी

104] संरचनेत एकसमानता आणि सुधारित यांत्रिक गुणधर्मांसाठी सूक्ष्म धान्य तयार करण्यास मदत करणारी प्रक्रिया म्हणून ओळखली जाते...

अ] टेंपरिंग

ब] एनीलिंग

क] कडक होणे

ड] सामान्य करणे

105] खालीलपैकी कोणता कार्बन आणि लोह यांचे मिश्रधातू आहे, ज्यामध्ये कार्बन एकत्रित अवस्थेत आहे?

अ] पोलाद

ब] लोह

क] कास्ट लोह

ड] पिग-लोह

औद्योगिक प्रशिक्षण संस्था

मासिक चाचणी-11, गुण- 20, तारीख:- ________________

(प्रत्येक प्रश्नाला दोन गुण असतात]

183] सर्वाधिक हायड्रॉलिक सर्किट्स:

अ] केंद्रीय हायड्रॉलिक पॉवर युनिटमधून ऑपरेट करा

b] एअर-ओव्हर-ऑइल पॉवर युनिट्स वापरा

c] एक समर्पित पॉवर युनिट ठेवा

d] समर्पित पॉवर युनिट नाही

184] हायड्रोलिक आणि वायवीय सर्किट:

अ] सर्व फंक्शन्ससाठी त्याच प्रकारे करा

b] सर्व फंक्शन्ससाठी वेगळ्या पद्धतीने करा

c] काही अपवादांसह तेच करा

ड] सर्व कार्ये करत नाही

185] वायवीय सर्किटमधील वंगण हे आहे:

अ] ओळीतील पहिला घटक

b] ओळीतील दुसरा घटक

c] ओळीतील शेवटचा घटक

ड] ओळीतील तिसरा घटक

186] हायड्रॉलिक सिस्टिमच्या पहिल्या किमतीची तुलना वायवीय प्रणालींशी करताना, सामान्यतः ते आहेत:

अ] खरेदी करणे अधिक महाग

b] खरेदीसाठी कमी खर्चिक

c] किंमत समान आहे

ड] खर्च आवश्यक नाही

187] हायड्रॉलिक सिस्टीमच्या ऑपरेटिंग खर्चाची तुलना वायवीय प्रणालींशी करताना, सामान्यतः ते

आहेत.

अ] ऑपरेट करणे अधिक महाग

b] ऑपरेट करण्यासाठी कमी खर्चिक

c] ऑपरेट करण्यासाठी खर्च समान आहे

ड] खर्च आवश्यक नाही

188] सर्वात सामान्य हायड्रॉलिक द्रव आहे:

अ] खनिज तेल

b] सिंथेटिक द्रव

c] पाणी

ड] जेल

189] हायड्रॉलिक पॉवर सिस्टममध्ये कोणता द्रव वापरला जातो?

a] पाणी

b] तेल

c] संकुचित न करता येणारा द्रव

d] वरील सर्व

190] 1 बारचा दाब समान आहे

a] 14] 5 psi

b] 145 psi

c] 12] 5 psi

d] 145 x 10-6 psi

191] ओव्हरलोडिंगचा द्रव शक्ती आणि विद्युत प्रणालींवर काय परिणाम होतो?

a] इलेक्ट्रिकल सिस्टममध्ये इलेक्ट्रिकल घटक खराब होतात

b] द्रव उर्जा प्रणाली घटकांना इजा न करता काम करणे थांबवते

क] अ] आणि ब] दोन्ही

d] वरीलपैकी काहीही नाही

192] फ्लुइड पॉवर सिस्टीममध्ये शक्ती कशी प्रसारित केली जाते?

a] शक्ती त्वरित प्रसारित केली जाते

b] शक्ती हळूहळू प्रसारित केली जाते

क] अ] आणि ब] दोन्ही

d] वरीलपैकी काहीही नाही

औद्योगिक प्रशिक्षण संस्था

मासिक चाचणी-12, गुण- 20, तारीखः- ________________

(प्रत्येक प्रश्नाला दोन गुण असतात]

193] सामान्यतः द्रव न संकुचित करता येण्याजोगे असतात परंतु जेव्हा 70 बारचा मोठा दाब लावला जातो, तेव्हा पेट्रोलियम तेल दाबले जाऊ शकते.

a] 0]त्याच्या मूळ खंडाच्या 5%

b] त्याच्या मूळ खंडाच्या 1%

c] त्याच्या मूळ खंडाच्या 5%

d] वरीलपैकी काहीही नाही

194] पिस्टनच्या आत द्रवपदार्थाच्या प्रवाहाला दिलेला प्रतिकार विकसित होतो

a] दबाव

b] बल

c] ताण

d] वरील सर्व

195] कमी दाबावर, द्रव असतात

a] दाबण्यायोग्य

b] संकुचित न करता येणारा

c] अप्रत्याशित

196] हायड्रॉलिक प्रणालींमध्ये,

a] यांत्रिक ऊर्जा तेलात हस्तांतरित केली जाते आणि नंतर यांत्रिक उर्जेमध्ये रूपांतरित होते

b] विद्युत ऊर्जा तेलात हस्तांतरित केली जाते आणि नंतर यांत्रिक उर्जेमध्ये रूपांतरित होते

c] यांत्रिक ऊर्जा तेलात हस्तांतरित केली जाते आणि विद्युत उर्जेमध्ये रूपांतरित होते

d] वरीलपैकी काहीही नाही

197] हायड्रॉलिक पॉवर युनिटमध्ये खालीलपैकी कोणता घटक घटक म्हणून वापरला जातो?

a] दाब मापक

b] फिलर गेज

c] झडपा

ड] जलाशय

198] हायड्रॉलिक पॉवर युनिटमध्ये रोटरी गती वापरून साध्य केली जाते

a] हायड्रॉलिक सिलेंडर

• 114 •

b] वायवीय सिलेंडर

c] दोन्ही हायड्रॉलिक आणि वायवीय सिलेंडर

d] वरीलपैकी काहीही नाही

199] स्थिर विस्थापन वेन पंपचा वेग आणि प्रवाह दर यांचा काय संबंध आहे?

a] रोटरचा वेग वाढल्याने प्रवाह दर वाढतो

b] रोटरचा वेग वाढल्याने प्रवाह दर कमी होतो

c] प्रवाह दर स्थिर असतो आणि वेगातील बदलाने बदलत नाही

d] वरीलपैकी काहीही नाही

200] स्थिर विस्थापन व्हेन पंपमध्ये,

a] कामकाजाचा दाब वाढल्याने प्रवाह दर कमी होतो

b] कामकाजाचा दाब वाढल्याने प्रवाह दर वाढतो

c] प्रवाह दर स्थिर असतो आणि कामकाजाच्या दाबाने बदलत नाही

d] वरीलपैकी काहीही नाही

201] कोणत्या प्रकारची गती हायड्रोलिक ॲक्ट्युएटरद्वारे प्रसारित केली जाते?

a] रेखीय गती

b] रोटरी गती

क] अ] आणि ब] दोन्ही

d] वरीलपैकी काहीही नाही

202] इलेक्ट्रिक ॲक्ट्युएटरचे कार्य काय आहे?

a] विद्युत ऊर्जेचे यांत्रिक टॉर्कमध्ये रूपांतर करते

b] यांत्रिक टॉर्कचे विद्युत ऊर्जेमध्ये रूपांतर करते

c] यांत्रिक ऊर्जा यांत्रिक टॉर्कमध्ये रूपांतरित करते

d] वरीलपैकी काहीही नाही